AF528952

ഓട്ടോണമസ് പ്രണയം

Ottonamus pranayam
Stories

Ajithri

CHINTHA PUBLISHERS
Thiruvananthapuram

First Edition
October 2020

Second Impression
January 2023

Published
Chintha Publishers, Thiruvananthapuram

Cover Design
Vinod Mangoes

ISBN - 978-93-90301-00-3

CO - 2939 / 6112

Email: chinthapublishers@gmail.com
Website: www.chinthapublishers.com

A version is available at National Libraries
Kolkata, Mumbai, Chennai and Delhi

Distribution
DESHABHIMANI BOOKHOUSE
H O Thiruvananthapuram 695035

Branch
Head Office Kunnukuzhi • Statue Thiruvananthapuram
KSRTC Bus Terminal Thampanoor • Saphalyam Complex Thiruvananthapuram
KSRTC Bus Station Alappuzha • KSRTC Bus Station Ernakulam
Machingal Lane Thrissur • IG Road Kozhikode
Mavoor Road Kozhikode • NGO Union Building Kannur
Central Bus Terminal Complex Thavakkara Kannur

ഓട്ടോണമസ് പ്രണയം

അജിത്രി

ചിന്ത പബ്ലിഷേഴ്സ്
തിരുവനന്തപുരം-695 035

അജിത്രി

കൊടുങ്ങല്ലൂരിൽ ജനനം. കിഴക്കേവീട്ടിൽ സഖാവ് കാർത്തികേയന്റെയും തങ്കമണിയുടെയും മകൾ. ഒമാനിലെ സലാലയിൽ ടീച്ചിങ് അസിസ്റ്റന്റായി പ്രവർത്തിച്ചു. അക്കാലയളവിൽ *വെളിപാട്* എന്ന ലിറ്റിൽ മാസിക നടത്തിയിരുന്നു. *നവലോകം* എന്ന പേരിൽ ഓൺലൈൻ മാസിക നടത്തിയിരുന്നു. 2016 ൽ സംസ്ഥാന സർക്കാരിന്റെ ഗ്രന്ഥരചനയ്ക്കുള്ള ശ്രേഷ്ഠഭാഷ പുരസ്കാരം നേടി. *മെലോഡ്രാമ,* എന്ന കഥാസമാഹാരവും *വാനസ്ഥലിയിലെ ബുദ്ധ* എന്ന കവിതാസമാഹാരവും *ഓർമ്മയിൽ തിളങ്ങുന്നത്* എന്ന പഠനഗ്രന്ഥവും *കുഞ്ഞിപെറ്റേം ഇല്ലി പട്ലും* (Kunjipettem illi patlum) എന്ന ബാലസാഹിത്യ രചനയും പ്രസിദ്ധീകരിച്ചിട്ടുണ്ട്. കോഴിക്കോട്, തൃശൂർ, മഞ്ചേരി ആകാശവാണി നിലയങ്ങളിൽ വിവിധ സാഹിത്യ പരിപാടികൾ അവതരിപ്പിച്ചിട്ടുണ്ട്.

ചെറുകാട് തെരുവുനാടക രചനാ പുരസ്കാരം, സ്റ്റേറ്റ് ലൈബ്രറി കൗൺസിൽ പുരസ്കാരം, *ഇന്ന്* മാസിക അക്ഷരബന്ധു പുരസ്കാരം, ചിലങ്ക പുരസ്കാരം, ദല പുരസ്കാരം ഇവ നേടിയിട്ടുണ്ട്. ഇപ്പോൾ മലപ്പുറത്ത് അദ്ധ്യാപികയും പുരോഗമന കലാസാഹിത്യ സംഘത്തിന്റെ മലപ്പുറം ജില്ലാ പ്രസിഡന്റും ആയി സേവനമനുഷ്ഠിക്കുന്നു.

ഭർത്താവ് : ശശീന്ദ്രബാബു

മക്കൾ : ഹരിത എസ് ബാബു, ഹരീഷ് ബാബു

വിലാസം : ഹരിതം, കോട്ടക്കൽ
മലപ്പുറം – 676501

ഫോൺ : 9400718807

ഇ–മെയിൽ : ajithribabu@gmail.com

ഉള്ളടക്കം

ആമുഖം 8
മോക്ഷയാത്ര 9
ഇലക്ഷൻ ഡ്യൂട്ടി 18
ഓപ്പറേഷൻ ഗ്രീൻഹണ്ട് 28
ഓട്ടോണമസ് പ്രണയം 32
സ്വാംപ് ലില്ലി 37
വലിയ ഇഷ്ടത്തോടെയുള്ള ചെറിയ പ്രവൃത്തികൾ 41
നനയുന്ന ഡിസംബർ 44
ഗൗരി@ലങ്കൻ പതാക 47
അവനവൾ 51
ഗുണനമരണം 54
വേരുകൾ തേടി 56
ഉപദംശം 60
ക്രിയാത്മകം 64
ആഹൂതി 70

പ്രസാധകക്കുറിപ്പ്

കഥകളുടെ പതിവ് വഴികൾ വിട്ടാണ് അജിത്രിയുടെ സഞ്ചാരം. വാക്കുകളുടെ തെരഞ്ഞെടുപ്പിൽ, വരികളുടെ അപ്രതീക്ഷിത എടുത്തുചാട്ടങ്ങളിൽ, ഉള്ളുതുറക്കലിന്റെ തീക്ഷ്ണതയിൽ അജിത്രിയുടെ കഥകൾ നമ്മെ അതിശയിപ്പിക്കും. കഥാചിമിഴുകൾ വരികൾക്കിടയിലാണ്, പ്രത്യക്ഷ വരികളിലല്ല കഥാകാരി ഒളിപ്പിച്ചുവയ്ക്കുന്നത്. പല കഥകളും ഒരാവർത്തി കൂടി വായിച്ചാലെന്താ എന്ന് തോന്നിപ്പിക്കുന്ന കഥകളാണിതിൽ. ഓരോ വായനയിലും പുതു പുതു അർത്ഥകല്പനകൾ വിസ്മയം വിരിയിപ്പിക്കും. പുതിയ കാലത്തിലേക്കു തുറക്കുന്ന കഥകളാണ് അജിത്രിയുടെ കഥകൾ. കാമനകൾ ഉള്ളിലൊളിപ്പിച്ച് അതിനുമേൽ സദാചാരത്തൊങ്ങലുകളുള്ള ഉടയാടകൾ ധരിച്ചാണ് ഏറെപ്പേരും നടക്കുന്നതെങ്കിൽ ഉടയാടകളഴിച്ച് നഗ്നയാക്കപ്പെടുന്ന കഥാപാത്രങ്ങളെയാണ് നാം *ഓട്ടോണമസ് പ്രണയ*ത്തിൽ കാണുന്നത്. അതിശക്തമായ കഥകളാണീ സമാഹാരത്തിൽ.

ചിന്ത പബ്ലിഷേഴ്സ്

ആമുഖം

ആദ്യ കഥാസമാഹാരം *മെലോഡ്രാമ* പുറത്തുവന്നപ്പോൾ ആമുഖമായി സി രാധാകൃഷ്ണൻ പറഞ്ഞ ഒരു പിടി നല്ല വാക്കുകൾ മാത്രമാണ് ആകെയുള്ള സർഗ്ഗോർജ്ജം. ഫീച്ച റിന് ചേരുന്ന ഭാഷാശൈലിയാണ് എന്നൊരു വിമർശം പല പ്പോഴും ഏറ്റുവാങ്ങിയിട്ടുണ്ട്. *ദേശാഭിമാനി*യിൽ പലപ്പോ ഴായി പ്രസിദ്ധീകരിച്ച കഥകളെല്ലാം ചേർത്തു കഥാസമാ ഹാരം എന്ന ആശയം മുന്നോട്ടുവെച്ച *ചിന്ത പബ്ലിഷേഴ്സ്* പ്രസിദ്ധീകരണ വിഭാഗത്തോട് വലിയ കടപ്പാട് രേഖപ്പെടു ത്തുന്നു. കഥയുടെ ജീവശാസ്ത്രസ്പന്ദനങ്ങൾ രേഖപ്പെ ടുത്താൻ ആയിട്ടില്ലെന്നറിയാം. ഉള്ളിനെ പിടിച്ചുലയ്ക്കുന്ന ചില ആശയങ്ങളെ കഥയുടെ ശരീരത്തിലേക്ക് പരകായ പ്രവേശം പോലെ കടത്തിവിട്ടുള്ള സർഗ്ഗപരീക്ഷണം മാത്ര മാണ് ഈ ഉദ്യമം. കഥയിൽ നിറഞ്ഞ കടങ്കഥപോലെയോ, കടുംകെട്ട് പോലെയോ വായനക്കാർക്ക് സ്വീകരിക്കാം.. വായന തന്ന അധികാരാനുഭവങ്ങളെ, ഈ ശൈലി പിന്തു ടരാൻ കഴിയുന്നവർക്കു മാത്രമായി സമർപ്പിക്കുന്നു.

അജിത്രി

മോക്ഷയാത്ര

ചമ്പത്തെങ്ങിലെ ഉണങ്ങിയ ഓലപ്പട്ടയെപ്പോലെ ആയിരുന്നു അന്നേരം ഗൗരിയുടെ അവസ്ഥ. ശരത് പറയുന്നതെല്ലാം കേട്ട് തലതാഴ്ത്തി, എപ്പോൾ വേണമെങ്കിലും പിടിവിട്ടു പോകാവുന്ന വാക്കുകളെ കൂട്ടിപ്പിടിച്ച്... ധ്യാനനിമിഷത്തിൽ ധന്യമാകുന്ന പകുതിയടഞ്ഞ കൺപോളകൾ തുറന്നടഞ്ഞു. ചാരനിറമുള്ള കൃഷ്ണമണികൾക്കു ചുറ്റും ജലപ്പാടുണ്ടായി. പുത്യാപ്ല കോരയുടെ തുടിപ്പും ചുവപ്പും ചളിപ്പും വഴുവഴുപ്പുമുള്ള ശരീരത്തിൽ ഇന്നലെയുടുത്ത സാരി പതിവിലധികം മടക്കുകളും ചുളിവുകളും സൃഷ്ടിച്ച് അയഞ്ഞുകിടന്നു. നിമ്നോന്നതങ്ങളെ ആച്ഛാദനം ചെയ്യാൻ ഷിഫോൺ തന്തുക്കൾ അപര്യാപ്തമാണെന്ന് അറിഞ്ഞു കൊണ്ട് അവൾ പറഞ്ഞു.

"എനിക്ക് നിങ്ങളോട് സഹതാപമുണ്ട്. അത്ര വലിയ കുറ്റമൊന്നും ഞാൻ ചെയ്തതായി തോന്നിയിട്ടുമില്ല. ഒരു ഫോൺകോൾ അറ്റന്റ് ചെയ്യാനോ മെയിൽ ചെക്ക് ചെയ്യാനോ നിങ്ങളെന്നെ അനുവദിക്കുമായിരുന്നോ? അതുകൊണ്ടല്ലേ– രഹസ്യമായി ഒരു ഫോൺ സൂക്ഷിക്കേണ്ടി വന്നത്. വാങ്ങി ചൂടാറുംമുമ്പ് നിങ്ങൾ അതു കണ്ടെത്തുകയും ചെയ്തു."

"പുരുഷന് ഒരുസമയം ഒമ്പതു സിം വരെ ഉപയോഗിക്കാമെന്ന *മനുസ്മൃതിയിൽ* നിങ്ങളയച്ച എസ് എം എസിൽ വ്യക്തമാക്കിയല്ലോ. ഞാൻ ലഹരി വസ്തുക്കളുടെ അടിമയാണെന്ന് മനുവിനോട് പറയേണ്ട വല്ല കാര്യവുമുണ്ടായിരുന്നോ? ഒരേ സമയത്ത് ഒരു ശയ്യയിൽ ഒന്നിൽ കൂടുതൽ സ്ത്രീകളുമായി... എൺപതുകാരന് എന്തുമാവാം. അതൊന്നു കണ്ടുപോയതാണോ ഇത്ര വലിയ തെറ്റ്? നിങ്ങളൊന്നും കണ്ടിട്ടില്ലല്ലോ? സത്യമായിട്ടും വളരെ നിർവ്വികാരമായിട്ടായിരുന്നു ഞാനിതൊക്കെ കണ്ടത്.

ജുഗുപ്സയാണ് ഉല്പാദിപ്പിക്കപ്പെട്ടത്. എന്റെ ആത്മീയതയെക്കുറിച്ചു പറഞ്ഞത് കൊള്ളാം. ഞാൻ കൊള്ളാവുന്ന ക്ഷേത്രങ്ങളൊക്കെ തിക്കിത്തിരക്കി കയറിയത് പുരുഷശരീരദർശന പുണ്യം തേടിത്തന്നെയാണ്. നല്ല ജനുസ്സുകളെ ഷർട്ടൂരി കാണൽ വിശേഷപ്പെട്ട ചടങ്ങല്ലേ. ചില സ്പോർട്സ് താരങ്ങൾ മത്സരമടുക്കാറാവുമ്പോൾ തിരക്കിട്ട് ഓടിവരും. സിക്സ്പാക്കും എയ്റ്റ് പാക്കും പൂണൂൽ പാക്കും നല്ല രസമല്ലേ. ശരത് തന്നെ എത്ര തവണ ബൈക്കിൽ റിവേഴ്സ് റൈഡ് എടുത്തിരിക്കുന്നു. വഴിവക്കിലെ സുന്ദരിക്കുട്ടിയെ ഒന്നൂടെ കാണാൻ. അതിപ്പോ ആരായാലും നോക്കിപ്പോവും. പക്ഷേ, എന്റെ മതം ഇതാണ്. ജന്മവാസനകളുടെ കാമനകൾക്ക് കലി ബാധിക്കാതെ, എല്ലാം നിർവ്വികാരമായി നോക്കിക്കാണുക. അതിനെ വട്ടെന്നും നൊസ്സെന്നും പറഞ്ഞ് പരിഹസിക്കരുത്.

ഏവഃ മുക്ത്യ ഗൗരി: സംഖ്യ
രഥോ പസ്ഥ ഉപാവിശത്
വിസൃജ്യസശരം ചാപം
ശോക സംവിഗ്ന മാനസഃ

ഇപ്രകാരം പറഞ്ഞിട്ട് ഗൗരി യുദ്ധക്കളത്തിൽ അമ്പും വില്ലും ഉപേക്ഷിച്ച് തേർത്തട്ടിൽ ശോകാകുലചിത്തയായി ഇരുന്നു. അവളുടെ നിരാഹാര സമരം പതിനാലു മണിക്കൂർ പിന്നിട്ട മുഹൂർത്തമായിരുന്നു അത്.

സോഫയിൽ അവൾക്കെതിർവശത്തായി ഇരുന്ന് എരിയുന്ന സിഗരറ്റ് ആഷ്ട്രേയിലിട്ട് വലതുകരം നെറ്റിയിലും കാൽമുട്ടിലുമായി ഒതുക്കിക്കൊണ്ട് ശരത് ചോദിച്ചു.

"ഇത്തരം ദുഃസ്വഭാവങ്ങളിൽ നിന്നൊരു മോചനം നീ ആഗ്രഹിക്കുന്നില്ലേ?"

"അത്തരത്തിൽ വരിയുടയ്ക്കപ്പെട്ട ജീവിതം എന്നെപ്പോലൊരു സർഗ്ഗാത്മക ഹൃദയത്തിന് അസാദ്ധ്യമാണെന്ന് പിന്നെയും പറയണോ?"

"അതല്ല,- അച്ചടക്കമുള്ള, കുലീനയായൊരു ഭാര്യയെയാണ് ഞാൻ ആഗ്രഹിക്കുന്നത്. അതിനു മറുപടി പറയൂ."

"ആഗ്രഹമുണ്ട്. പക്ഷേ, കഴിയില്ല."

"എങ്കിൽ അതിന്റെ അർത്ഥം നമ്മൾ വേർപിരിയലിന്റെ പാതയിൽത്തന്നെയാണെന്നാണ്. ഓഷോയുടെ പുസ്തകങ്ങളിൽ ഊളിയിട്ടല്ലേ നീ ഈ കോലമായത്? ഇതിൽ നിന്നൊക്കെ ഒരു മുക്തി നീ വിചാരിച്ചാൽ സാദ്ധ്യമാണ്."

"ഒരു അന്വേഷകൻ എന്ന നിലയ്ക്ക് ഞാനൊരിക്കലും ഓഷോവിനെ വായിച്ചിട്ടില്ല. വില്യം ജെയിംസിന്റെ ഓഷ്യാനിക് എന്ന പദത്തിൽ നിന്നല്ലേ അത്തരമൊരു പേരിന്റെ ഉത്ഭവം. എങ്കിൽ നമ്മുടെ പേരുകളിലുമുണ്ടൊരിന്ദ്രജാലം. ഗൗരീശങ്കരം ചുടലഭസ്മധാരിയുടെ ഊഷ്മളതയും ഗൗരിയുടെ ശീതളതയും പ്രകൃതി നിയമത്തിൽനിന്ന് ഭിന്നമല്ലല്ലോ. പ്രകൃതിയുടെ എക്കാലത്തെയും മികച്ച രചനകൾ, കൃതികളല്ലേ ഈ മലകൾ.

അത് പലതിന്റേയും പ്രതീകമാണ്. ഓഷോ പറഞ്ഞുവച്ചതിലൊന്നും ആശ്ചര്യമേ തോന്നുന്നില്ലല്ലോ."

"ഒന്നുകൂടി പറയട്ടെ. ഓർക്കുക. രതി സ്വാഭാവികമാണ്. ഒരാൾക്ക് അതിനുമപ്പുറം പോകാം. പക്ഷേ, അത് ഒരിക്കലും അടിച്ചമർത്തലിലൂടെയാവില്ല. ദയവായി വിശ്വസിക്കുക...."

"അവിഹിതബന്ധങ്ങളുടെ വഴിയേ ഇതുവരെ സഞ്ചരിച്ചിട്ടില്ല. ആഗ്രഹിക്കുന്നുണ്ടെങ്കിൽപ്പോലും!"

ഗൗരിയുടെ ന്യായാന്യായങ്ങൾക്കു മുമ്പിൽ അയാൾ തരിച്ചിരിക്കാൻ തുടങ്ങിയിട്ടു സമയം കുറേയായി. എപ്പോൾ നിങ്ങൾ രതിയെ തടസ്സപ്പെടുത്തുന്നുവോ അപ്പോൾ നിങ്ങൾ ലോകത്തിന്റെ ഊർജ്ജമായിത്തീരുകയും നിങ്ങൾ വലിയ വിപ്ലവകാരിയായി മാറുകയും ചെയ്യുമെന്ന അശരീരി അയാളെ നൊമ്പരപ്പെടുത്താതെ വേതാള പരിവേഷത്തോടെ ചിന്തയിൽ തൂങ്ങിയാടി.

ഗൗരി വീണ്ടും തലകുനിച്ചിരുന്നു. മണ്ണിര തീർന്ന ചൂണ്ടക്കാരൻ കണക്കെ അലക്ഷ്യമായി ശരത്തിനെ ഒന്നു നോക്കി. മെല്ലെ നടന്ന് ചെറിയ ജനൽ തുറന്നു. ഇടവേളയ്ക്കുശേഷം പെയ്ത വലിയ മഴയിൽ അവിടമാകെ പച്ചപുതച്ചിരിക്കുന്നു. അകലെ കാണുന്ന കൊച്ചു വീട്ടിലെ ചുവന്ന വാകച്ചോട്ടിൽ കരിയിലക്കിളികൾ പരസ്പരം ചീത്ത വിളിക്കുന്നു. കൂനുള്ള വൃദ്ധന്റെ നിറവയറുള്ള, സഹകരണബാങ്കിന്റെ കമ്മലിട്ട പശു സ്വച്ഛന്ദം പുല്ലു തിന്നുന്നു. ദൂരെനിന്ന് പാറി വന്ന കാക്ക അതിനെ കൊത്തിച്ചൊറിഞ്ഞുകൊണ്ട്... എന്തൊരു പാരസ്പര്യം. വാടിവീണ പൂക്കൾ പശുവിന്റെ ചവിട്ടടികളിലമർന്നു പൊടിഞ്ഞു. അത് വെളുത്ത പൂക്കൾ തന്നെയെന്നവൾ മനസ്സിലുറപ്പിച്ചു. ശരത് പറഞ്ഞു.

"ഞാൻ നന്നായി ആലോചിച്ചെടുത്ത തീരുമാനമാണ്. അസംതൃപ്തമായ രീതിയിൽ ഇതുതുടരാൻ ഇനി സാദ്ധ്യമല്ല. ഞാൻ പിന്തുടരുന്നത് *ഗീത* ആണ്. ഓഷോ എന്റെ വഴിത്താരയിൽപോലും ഇല്ല. പരിശ്രമശീലനവും ബുദ്ധിമാനുമായ ഒരാളുടെ മനസ്സിനെപ്പോലും ചഞ്ചല സ്വഭാവങ്ങളായ ഇന്ദ്രിയങ്ങൾ നശിപ്പിക്കുന്നു. നമുക്കൊരു സൈക്യാട്രിസ്റ്റിനെ കണ്ടാലോ?"

"ആർക്ക്? ശരത്തിനോ?"

"എനിക്കല്ല. നശിക്കപ്പെട്ട നിന്റെ മനസ്സിനെ പിന്നെ ഏതു മാർഗ്ഗത്തിലാണ് ഞാൻ വീണ്ടെടുക്കേണ്ടത്? നിന്റെ ധിക്കാരമാണ് എന്നെ പരിഹസിക്കുന്നത്?"

"ശരത്... നിങ്ങൾ വൃക്ഷങ്ങൾ കണ്ടിട്ടില്ലേ. നിങ്ങൾ പുറത്തേക്കു നോക്കുന്നതുപോലും ഞാനിതുവരെ കണ്ടിട്ടില്ല. ആകാശം, നക്ഷത്രങ്ങൾ, മേഘക്കൂട്ടങ്ങൾ ഇവയുടെ ചാരുത നിങ്ങൾ എപ്പോഴെങ്കിലും ആസ്വദിച്ചിട്ടുണ്ടോ? വൃക്ഷങ്ങളുടെ വേരുകൾ ഭൂമിയിൽ തന്നെയാണ് ഉറച്ചിരിക്കുന്നത്. അവയുടെ ചില്ലകൾ പലവഴിക്കും പായുന്നു. ആത്യന്തികമായി

അവയുടെ പ്രയാണം ഉയരത്തിലേക്കാണ്."

"ക്ഷമിക്കണം. ഇത്തരം കാര്യങ്ങളിൽ നിന്നോളം അറിവ് എനിക്കില്ലല്ലോ. എന്നാൽ ശ്രദ്ധിക്കൂ.. ഒരു വൃക്ഷം നക്ഷത്രത്തെ തൊടാൻ ആഗ്രഹിക്കുമ്പോൾ അതിന് ആഴങ്ങളിലേക്കു പോയി നരകത്തെ സ്പർശിക്കേണ്ടി വരുന്നു."

"അതുമാത്രമാണ് വഴി. വിദ്വേഷം ഒന്നിനോടുമുള്ള നേരായ ബന്ധമല്ല. അത് നിങ്ങൾക്ക് ഭയമുണ്ടെന്നു കാണിക്കുന്നു. ആഴമേറിയ പതനത്തിലേക്ക് ഉള്ള പാതയിലല്ലേ ഇപ്പോൾ ആ മനസ്സ്? ശരത് ഇപ്പോൾ കൂടുതൽ അധികാരതൃഷ്ണയുള്ളവനാകുന്നു. നിങ്ങളുടെ ഊർജ്ജം അഥവാ നിങ്ങൾക്ക് ഒരു തേജസ്സും ഇല്ല എന്നു വരുന്നു. അഗാധപ്രണയത്തോടെ എന്നെയോ മറ്റേതെങ്കിലും സ്ത്രീയെയോ നിങ്ങൾ സ്പർശിച്ചിട്ടുണ്ടോ?"

പരുക്കൻ ശബ്ദത്തിൽ മൃദുവായ വാക്കുകളിലൂടെ അവൾ അയാളുടെ മനസ്സിൽ 'ജാപാല'യെന്ന തരുണിയുടെ മുഖം തെളിയിച്ചു വരയ്ക്കുകയായിരുന്നു ഇതുവരെ.

'ജാപാല'യുടെ മകനായ സത്യപാലനെ ശിഷ്യനായി സ്വീകരിക്കാൻ ആരും തയ്യാറായില്ല. പല മുനിമാരുമായും ബന്ധം പുലർത്തിയ ജാപാലയ്ക്ക് മകനോട് പറയാൻ ഒരുത്തരമേ ഉണ്ടായുള്ളൂ. "നീ ജാപാലയുടെ മകനാണ്." ആ ഉത്തരവും കൊണ്ടലഞ്ഞ അവനെ യാജ്ഞവല്ക്യൻ ശിഷ്യനായി സ്വീകരിക്കുന്നു.

"ജാപാലയുടെ മാനസാന്തരം അവിടം മുതലാണോ ഗൗരീ.."

"നമുക്കിടയിൽ സത്യപാലന്റെ പ്രസക്തിയെന്താണ്?"

അന്നേരം കൂട്ടിൽ കിടന്ന ഡോബർമാൻ വല്ലാതെ കുരയ്ക്കുകയും ചാടുകയും ചെയ്തു. രണ്ടുദിവസം മുമ്പ് നല്കിയ ആഹാരത്തിന്റെ അവശിഷ്ടം പോലും നീക്കം ചെയ്തിരുന്നില്ല. ജയിലഴികളെപ്പോലെ തോന്നിപ്പിച്ച ആ ചീള് കൂടാരത്തിൽ കനപ്പെട്ട ഒരു വ്യക്തിത്വത്തിന്റെ ഉടമ മുരണ്ടു. തെരുവുനായ വെട്ടേറ്റ് പിടയുന്ന പാതയോരങ്ങൾ പൂർവ്വസ്മൃതിയുടെ കന്നിമാസങ്ങളിൽ അഭിരമിക്കുന്നതായി അവന്റെ ഓരോ കുരയും പരാവർത്തനം ചെയ്യപ്പെട്ടു.

ആത്മാവ് ശരീരത്തിൽനിന്ന് സ്വതന്ത്രമാക്കപ്പെടുന്നു. സ്നേഹം ഗൗരിയിൽനിന്നു സ്വതന്ത്രമാക്കപ്പെടുന്നു. സൗഹൃദത്തിന്റെ പേരിലായാലും അതൊക്കെ നിശിതമായി തടയേണ്ട ബന്ധങ്ങൾ തന്നെയാണ്. ഗൗരിയാകുന്ന രതി ശാരീരികമാണ്. ശരത് ആകുന്ന സ്നേഹം ആത്മീയവും.

പക്ഷേ, ചളിയില്ലെങ്കിൽ പിന്നെന്ത് താമര...?

പെട്ടെന്ന് ഗൗരി ചിരിച്ചു. ചേതോഹരമായ ചിരി. എന്നിട്ടു ചിരിച്ചു കൊണ്ടുതന്നെ പറഞ്ഞു.

"ലൈംഗികത അപ്രത്യക്ഷമാവില്ല. മതങ്ങൾ അതിനെ വിഷലിപ്തമായ ഒന്നു മാത്രമാക്കിത്തീർത്തിരിക്കുന്നു. അതവിടെ തന്നെയുണ്ട്. വിഷ

ലിപ്തമായ രൂപത്തിൽ. ശരിയാണ് നിങ്ങളിൽ കുറ്റബോധം ഉടലെടുത്തിരിക്കുന്നു. ശാരീരിക സത്യങ്ങൾ ചിരഞ്ജീവികളാണ്. അത് അസ്തിത്വമാണ്. അടിച്ചമർത്തലിലൂടെ വെറുതെയങ്ങ് തിരോഭവിക്കില്ല. മാനസികോർജ്ജത്തെപ്പോലും സ്വതന്ത്രമാക്കാൻ അടിച്ചമർത്തലിലൂടെ കഴിയില്ല. മനസ്സിലാക്കലിലൂടെ മാത്രമേ സാധിക്കൂ..."

"ശരത്– നിങ്ങൾ നിർമ്മലയെ മറന്നോ? എന്തു ബന്ധത്തിന്റെ പേരിലാണ് വിവാഹത്തിനു മുമ്പ് അത്രയും പണം അവർക്ക് കൈമാറിയത്? സുൽത്താൻ കാബൂസ് ഹോസ്പിറ്റലിലെ വെള്ളരി പിറാവുകളുടെ കുറുകൽ മറന്നുകാണും അല്ലേ.."

"എനിക്ക് തറ ആളുകളുടെ ലിറ്ററേച്ചർ വശമില്ല. നിന്നോട് തർക്കിക്കാനും ഇല്ല. ഏതു ഭാഷയിലായാലും പെണ്ണെഴുത്ത് ഒരുപോലെയാ. സ്ത്രീ പുരുഷബന്ധങ്ങളിൽ നീ ഈ പറയുന്ന പാവനതയൊന്നും ഞാൻ കണ്ടിട്ടില്ല."

അയാൾ സമയം നോക്കി. അപ്പോൾ അതുവരെ ഉണ്ടായിരുന്ന ക്രോധമെല്ലാം കുടഞ്ഞുകളഞ്ഞ് പാലമരക്കൊമ്പിൽനിന്ന് ഊർന്നിറങ്ങിയ സുന്ദരിയായ യക്ഷിയെപ്പോലെ ഗൗരി മൊഴിഞ്ഞു.

"നേരമൊന്നു വെളുത്തോട്ടെ. രാവിലെ പോകാമല്ലോ. വാടകക്കാരെ ഒഴിപ്പിക്കാൻ. ആളുകൾ ക്വട്ടേഷൻ സംഘത്തോടൊപ്പമാണ് ചെല്ലുക. ഇവിടെ ഒരാൾ എപ്പോഴും ഏകാംഗസമരം. അവർ പിടിച്ച് തല്ലിക്കൊന്ന് പുഴയിലെറിയും." പിന്നെ ആർദ്രതയോടെ അയാളെ തലോടിക്കൊണ്ട് "സാരമില്ല. മറന്നേക്കൂ... നമ്മുടെ വഴക്കുപോലും പുതിയതല്ലല്ലോ." എന്നൊക്കെ പുലമ്പി.

സത്യത്തിൽ അയാൾക്കു സന്തോഷം തോന്നി. പ്രശാന്തസുന്ദരമായ ഈ തപോഭൂമിയിൽ ഗൗരിയുടെ ശരീരശീതളിമയിൽ മുഴുകി, ഒരു രാത്രി കൂടി പഴയ ഭാര്യയുടെ സവിധത്തിൽ എല്ലാം മറന്ന്– മുക്തിമാർഗ്ഗം അത്ര പ്രയാസമുള്ള സംഗതിയല്ലെന്ന് അയാൾക്ക് തോന്നി.

"ഗൗരി, നിന്നെ കൂടുതൽ അടിമപ്പെടുത്തുന്നത് എഴുത്തുകാരായ സുഹൃത്തുക്കളുടെ ശരീരമോ വാക്കുകളിലെ അഗ്നിസ്ഫുലിംഗങ്ങളോ? അതോ നീ തന്നെ ഉല്പാദിപ്പിക്കുന്ന ഉന്മാദലഹരിയോ? അതോ...?"

"ശരത്, വീണ്ടും നമ്മൾ കാട് കയറുന്നു. നിങ്ങൾക്ക് എന്നെ മനസ്സിലാക്കാനേ കഴിയുന്നില്ല. മനുഷ്യവംശം ഇപ്പോൾ എന്താണ് ചെയ്യുന്നത്. അബോധത്തിന്റെ ചെളിയിലേക്ക് സ്ത്രീകളെ ചവിട്ടിത്താഴ്ത്തുന്നു. മാലാഖയുടെ വിശുദ്ധിയുടെ പാവം മലാലയെ വെടിവെച്ചിട്ട വ്യക്തി എന്താണ് നേടിയത്? പെൺകുട്ടികൾ വിദ്യയാർജ്ജിക്കുന്നതിനെ ഭയക്കുന്ന ഒരു കൂട്ടർ. സ്ത്രീസ്വാതന്ത്ര്യത്തിനു മുകളിൽ അമർന്നിരിക്കുന്ന വേറെചിലർ, അനങ്ങാൻ സമ്മതിക്കാതെ, വ്രതത്തിലൂടെ ചിത്തവൃത്തി നിരോധനത്തിലൂടെ ഹിമാലയൻ ഗുഹകളിലേക്ക് പലായനം ചെയ്യുന്ന ചിലർ."

നൂറ്റാണ്ടുകളായി സ്ത്രീകൾക്കു പ്രവേശിക്കാൻ കഴിയാത്ത അമ്പ

ലങ്ങളും പള്ളികളുമുണ്ടിവിടെ– പുരുഷന്മാർ പ്രവേശിക്കാൻ പാടില്ലാത്ത കന്യാസ്ത്രീമഠങ്ങളുണ്ടിവിടെ. അത് ദമനത്തിനുള്ള വഴികളാണ്. അവ കൂടുതൽ കൂടുതൽ അസംതൃപ്തികളും ആസക്തികളും സ്വപ്നങ്ങളും സൃഷ്ടിക്കുന്നു.

ഇത്, നിങ്ങളുടെ ജീവിതം എന്നു പറഞ്ഞത് ശരത് ശരിക്കും ആസ്വദിച്ചു. അവൾ ചിലപ്പോഴൊക്കെ ബുദ്ധിമതിയാണ്. ശ്രദ്ധിക്കുക. സ്നേഹിക്കുക. സൗഹൃദപ്പെടുക. സ്വന്തം ജീവിതവുമായി സൗഹൃദപ്പെട്ടാൽ മാത്രം നമുക്ക് ഒരുപാട് രഹസ്യങ്ങൾ വെളിപ്പെടുത്തും. വേണ്ടിവന്നാൽ വാഴ്ത്തപ്പെട്ട വ്യക്തിയാക്കും. നാസാദ്വാരങ്ങളിൽ പരിശുദ്ധിയുടെ കോട്ടൻ തിരുകി, വരിയുടയ്ക്കപ്പെട്ടവനാക്കി, കുലീനതയുടെ കമ്പളം കൊണ്ടു പുതപ്പിച്ച് മൂലയ്ക്ക് കിടത്തിക്കളയുകയും ചെയ്യും.

ജലദോഷം പിടിച്ച പ്യൂൺ കൈമളെ ഓർമ്മിപ്പിച്ചുകൊണ്ട് കോളിങ് ബെൽ അമറി. ഗൗരിയാണ് വാതിൽ തുറന്നത്. അടുത്ത ഫ്ളാറ്റിലെ ഫിലോയും ജോമറ്റുമാണ്. ജോമറ്റിന്റെ ഇറക്കം കുറഞ്ഞ മിഡിയും മുഴുപ്പുള്ള കാൽവണ്ണകളും അയാളിൽ അലോസരം സൃഷ്ടിച്ചു. ഗൗരി ഫിലോയുമായി സംസാരിച്ചുകൊണ്ടിരുന്നപ്പോൾ ജോമറ്റ് ഫെയ്സ് ബുക്കിൽ അജ്ഞാതനോട് ചാറ്റ് ചെയ്യുകയായിരുന്നു. ഇടയ്ക്കിടെ ശരത്തിനോട് കമന്റുകൾ ഇഷ്ടപ്പെട്ടോ എന്നൊക്കെ ചോദിക്കുകയും ചെയ്തു. റെസ്റ്റിറ്റ്യൂഷൻ ഓഫ് കോൺജുഗൽ റൈറ്റ്സിനെക്കുറിച്ച് ഗൗരി തിരക്കുന്നത്. അയാൾ വ്യക്തമായി കേട്ടു. പിടിയാനയുടെ ആക്രമണത്തിൽ വീടും കൃഷിയിടവും തകർന്ന കർഷകന്റെ മുഖഭാഷയായിരുന്നു ശരത്തിന്.

അയാൾ അതിഥികളെ സാകൂതം നോക്കി. വെളുത്ത ചുരിദാർ ധരിച്ച് ഫിലോ ചിറകുള്ള മാലാഖ തന്നെ. അരികിലൊരു കുഞ്ഞു മാലാഖയും. അവരുടെ മുഖത്തിന്റെ നിർവ്വേദത്വം അയാളിൽ രാമകൃഷ്ണൻ സാറിനോടുള്ള അസൂയയായി പടർന്നു.

ഫിലോമിന ഫ്രാൻസിസ്, രാമകൃഷ്ണൻ സാറിനെ പ്രണയിച്ചു രജിസ്റ്റർ വിവാഹം കഴിച്ച ധീരയും സുന്ദരിയും മതേതരത്വബോധവുമുള്ള സ്ത്രീയാണ്. ഗൗരി ചായയിടാനായി അടുക്കളയിലേക്കു പോയപ്പോൾ അവർക്കു മൂന്നുപേർക്കുമിടയിൽ മൗനത്തിൽ ജൈവവേലി ഉരുവം കൊണ്ടു.

"കോളേജ് വിദ്യാഭ്യാസമൊക്കെ നന്നായി നടക്കുന്നുണ്ടല്ലോ ജോമറ്റ്?" അയാൾ പുരികം വളച്ചും ചിറി കോട്ടിക്കൊണ്ടുമാണ് അത്രയും ചോദിച്ചത്. "ഉം" എന്നൊരു മൂളലിലൂടെ ജോമറ്റ് ആ കറുത്ത അമ്പിനെ നേരിട്ടു.

ഗൗരി വന്നപാടെ സംസാരത്തിന്റെ ഷട്ടർ വീണ്ടും തുറന്നു. ഏതാനും നിമിഷങ്ങൾക്കുശേഷം അവർ അടിവച്ചടിവച്ച് പാറിപ്പോയി. ശരത്തിനോട് യാത്രപോലും പറയാതെ... അയാളുടെ ഉള്ളിലെ പച്ചിലക്കാടുകളെ പിന്നിട്ടുകൊണ്ട്..

അയാൾ എഴുന്നേറ്റുപോയി കുളിച്ചുവന്ന്, വസ്ത്രം മാറി വായിക്കാതെ മാറ്റിവച്ച ഇംഗ്ലീഷ് പത്രം നിവർത്തി ഓടിച്ചുനോക്കി. ഒരേ ഇരിപ്പിൽ അയാളുടെ ശരീരത്തിൽ മാംസപേശികൾ ഉരുണ്ടുകൂടുന്നത് വിടർന്ന കണ്ണുകളോടെ ഗൗരി അടയാളപ്പെടുത്തി. സിക്സ് പായ്ക്കല്ലെങ്കിലും ശരത് വായ്പുള്ള ശരീരം തന്നെ. പലപല അഭ്യാസങ്ങളിൽ വാർത്തെടുത്ത ശരീരം. നിശ്ചലനായി കൃഷ്ണമണിയുടെ മാത്രം ചലനത്തോടെ ഇരിക്കുന്നത് കണ്ടപ്പോൾ അവൾ ഓർത്തു.

ആരൊക്കെയാണ് തന്റെ ഏകാഗ്രത തകർക്കുന്നത്. ഏകാഗ്രമായി മനസ്സ് കൈക്കുമ്പിളിൽ ഒതുക്കി ഏതാനും നിമിഷം സ്വന്തമായി തനിക്കീ ജീവിതത്തിൽ ഉണ്ടാവുമോ?

ഒരാൾ അയാളുടെ കാമനകളുമായി സമസ്വരിതാവസ്ഥയിലെത്തിയാൽ പുരുഷനു സ്ത്രീയെയോ സ്ത്രീക്ക് പുരുഷനെയോ ആവശ്യമില്ല. ഒരാൾ അയാളിലെ സ്ത്രീയെ തന്നെയാണ് കണ്ടെത്തുന്നത്. മറ്റനേകം പുരുഷന്മാരുടെ കണ്ണുകളിലേക്ക് നോക്കിയാലും സഹവസിച്ചാലും അവരുടെ അസ്തിത്വത്തിലേക്ക് എത്ര ആഴത്തിൽ പ്രവേശിച്ചാലും അവനവന്റെ ഉള്ളിലുള്ള പുരുഷനെയാണ് കണ്ടെത്തുന്നത്.

ഗൗരി പുലമ്പിയതൊന്നും ശരത്തിനു മനസ്സിലായില്ല. ഇത് മനസ്സിലാക്കി അവൾ അടുത്തിരിക്കുന്ന പിക്കാസോയുടെ 'ഗൂർണിക്ക'യെന്ന ചിത്രം ചൂണ്ടിക്കാട്ടി. യുദ്ധം ഭൂമിയിലെ ചരാചരങ്ങളുടെ രക്ഷയെ കരുതിയായിരുന്നില്ല ഒരു കാലത്തും നടന്നത്. ഭൂമി ഇന്നും സർവ്വം സഹയായി...

ഫ്രാൻസ്വാഴീല, പിക്കാസോയെ കണ്ടുമുട്ടിയ കാലത്തു രചിച്ച ചിത്രമാണ്. 'ഗൂർണിക്ക' അവരുടെ ബന്ധത്തിന്റെ പാരമ്യം എന്തായിത്തീരുമെന്ന് രണ്ടാളും ചിന്തിച്ചിരുന്നില്ല. മുൻകൂട്ടി തീരുമാനിക്കപ്പെട്ട നിമിഷത്തിൽ അടിക്കുന്ന മണിപോലെ ഒന്ന്. ഒരാൾ തുടക്കത്തിന്റെ തുടക്കത്തിൽ ശരിക്കും ജീവിക്കണമെന്ന് നിർബ്ബന്ധമില്ലല്ലോ.

ബിംബഭംഗി തുളുമ്പുന്ന ചിത്രത്തിലേക്ക് ആദ്യം കാണുന്നപോലെ അയാൾ നോട്ടമെറിഞ്ഞു. ആ നിമിഷത്തിൽ അയാൾക്ക് പിക്കാസോയോടുള്ള സകല വിദ്വേഷവും വാർന്നുപോയി. ആ ചിത്രകാരനോട് അതിരറ്റ ആദരവും തോന്നി. സന്ധ്യക്കുമുമ്പേ വാതിലും ജനലും കൊട്ടിയടച്ചിട്ടും നേരത്തെ അകത്തുകയറിക്കൂടിയ ഒരുകൊതുകായി അയാൾ ഗൗരിക്കു ചുറ്റും പറന്നുനടന്നു.

പിറ്റേന്ന് അതിരാവിലെ അയാൾ തിക്കിത്തിരക്കി മംഗള എക്സ്പ്രസിൽ കയറിപ്പറ്റി. ഗൗരി ഉണർന്നിട്ടുണ്ടായിരുന്നില്ല. വാടകക്കാരെ ഒഴിപ്പിക്കാൻ പോകുന്ന തന്നെ അവർ കാച്ചിക്കളയും എന്നാണ് ഈ ധൈര്യവതിയുടെ ഭീതി. അവൾ ഉണർന്നുകാണുമോ? ഒന്നു വിളിച്ചു നോക്കാമെന്നുവച്ചാൽ ആ ഫോൺ ഇന്നലെ തകർന്നുകിടക്കുകയാണ്. ഒന്നു ശ്രമിച്ചിരുന്നുവെങ്കിൽ കൂട്ടി യോജിപ്പിക്കാനും പഴയപോലെ ബന്ധം

പുലർത്താനും കഴിയുമായിരുന്നു

'വിപ്രോ'യിലെ ദീപക് കൂടി യാത്രികനായെത്തിയതോടെ നേർത്ത സമാധാനം അയാളെ തിക്കിത്തിരക്കി കടന്നുവന്നു. വുഡ്ബെൻ ഹാളിലെ പേഴ്സണാലിറ്റി ഡെവലപ്മെന്റ് ക്ലാസിന് പോകുന്ന കാര്യമാണ് ദീപക് പ്രധാനമായും പറഞ്ഞത്. അയാൾക്ക് ദീപക്കിനൊപ്പം പോകണമെന്നുണ്ടായിരുന്നു. ഗൗരിയുടെ യോഗ ക്ലാസ് തടസ്സപ്പെടുത്തിയതിനുശേഷം അയാൾ ബോഡിബിൽഡിങ് സെന്റർ കൂടി സന്ദർശിച്ചിരുന്നില്ല.

"നിങ്ങളുടെ വാടക വീട് ഒഴിപ്പിച്ചോ?" ദീപക് അയാളെ ചിന്തയിൽ നിന്നുണർത്തി. "ഇല്ലെടോ, അതിപ്പോ നമ്മളവിടെ താമസിക്കുമെങ്കിലേ ഒഴിപ്പിക്കാൻ വകുപ്പുള്ളൂ. ഒന്നോ രണ്ടോ മാസം വന്നു നില്ക്കാമെന്നു വച്ചാൽ തന്നെ ഗൗരി തയ്യാറാവില്ല." എറണാകുളമെത്തിയപ്പോൾ ദീപക് ഇറങ്ങി. ശരത്, കൊല്ലത്തെത്തിയപ്പോൾ പുറത്തെവിടെയോ മണിയടിയും കൂട്ട പ്രാർത്ഥനയും കേട്ടു. തൊട്ടടുത്തുള്ള ചെറിയ ക്ഷേത്രത്തിൽനിന്ന് കർപ്പൂരത്തിന്റെയും ചന്ദനത്തിരിയുടെയും ഗന്ധം പ്രപഞ്ചവായുവിൽ ലയിക്കുന്നതിനു സാക്ഷിയായി. മരണം മണക്കുന്ന വഴിത്താരകൾ. ശ്വാസോച്ഛ്വാസങ്ങളുടെ ഗുണനപെരുക്കങ്ങളിൽ ആസ്ത്മയുടെ പുകിലുകളേറ്റു കരുവാളിച്ചുപോയ ഒരു പഴയ മുഖം അയാളെ നോക്കിച്ചിരിച്ചു.

ചെന്നു കയറുമ്പോൾ വാടകവീട്ടിൽ യുവതിയായ വീട്ടമ്മയും കൈക്കുഞ്ഞും മാത്രമേ ഉണ്ടായിരുന്നുള്ളൂ. അയാൾ ആ കുഞ്ഞിനെ കൺകുളിർക്കെ കണ്ടുകൊണ്ട് ഉമ്മറത്തെ കസേരയിൽ ഏറെനേരം ഇരുന്നു. പുതിയൊരു താരാട്ടു മെനയുകയായിരുന്നു ആ മനസ്സ്.

"സർ അകത്തു വന്ന് കിടന്നോളൂ. ഉണ്ണ്യേട്ടൻ ഇനി വരുമെന്നു തോന്നുന്നില്ല. വന്നാൽ തന്നെ നാലുകാലിലായിരിക്കും. മഞ്ഞുകൊള്ളേണ്ട കാര്യല്യാലോ. സാറിന്റെ വീടല്ലേ. വിരോധല്ല്യേങ്കിൽ കുറച്ചു ചോറുണ്ട്. എടുത്തുവെക്കട്ടെ?"

അയാൾ വേണമെന്നോ വേണ്ടെന്നോ പറയാതെ പിന്നാമ്പുറത്തെ കുളിമുറിയിലേക്കു നടന്നു. പിന്നാലെ ഒരു ചുവന്ന തോർത്തുമായി അവളും. ഇതുവരെ അനുഭവിക്കാത്ത ഒരിളം കാറ്റ് മുളങ്കാടുകളെ തലോടി കുസൃതിയൊപ്പിച്ച് അയാൾക്കു ചുറ്റും നൃത്തം ചെയ്തു. എന്നും ചൂടുവെള്ളത്തിൽ കുളിക്കുന്ന അയാൾ കുന്നിൻമകളറിയാതെ കുളിർഗംഗയിൽ നീരാടി. ശിരസ്സിലൂടെ തണുത്തവെള്ളം ധാരയായി പതഞ്ഞൊഴുകി. നാല്പാമരത്തിന്റെയും രാമച്ചത്തിന്റെയും സമ്മിശ്രഗന്ധം. അവൾ പലതവണ ഉപയോഗിച്ച അതേ സോപ്പുകഷണത്തെ അയാൾ ആസ്വദിച്ചു നസ്യം ചെയ്തു. ഇനിയൊരു ഗന്ധാന്വേഷണത്തിനും സാദ്ധ്യതയില്ലെന്നവണ്ണം ഭൂമിയിലെ അവസാന ഗന്ധതന്മാത്രയും നുകർന്നെന്നവണ്ണം...

കുളികഴിഞ്ഞെത്തിയ അയാൾക്ക് അവർ ഭർത്താവിന്റെ കൈലിമുണ്ട് ഉടുക്കാൻ കൊടുത്തു. അത്താഴം വിളമ്പി. ചേമ്പിൻതാളിന്റെ

കറിയും വാഴയ്ക്കാ ഉപ്പേരിയും പപ്പടം ഉള്ളിയിട്ട് കാച്ചിയതും ഒരു പുതു രുചി അയാളിൽ നിറച്ചു. ഡൈനിങ് റൂമിനെതിർവശമുള്ള ചെറിയ മുറിയിൽ അവൾ കൊടുത്ത പായ നിവർത്തി അയാൾ മലർന്നുകിടന്നു. കൈകൾ രണ്ടും ഹൃദയത്തോട് ചേർത്തുവച്ചുകൊണ്ട്. പാരിജാതത്തിന്റെയും പാലപ്പൂവിന്റെയും ഗന്ധം വഹിച്ചുവന്ന കാറ്റിൽ, മുളങ്കൂട്ടം വീണ്ടു മുലഞ്ഞു. കാച്ചിയ എണ്ണയുടെ നേർത്ത മണം തങ്ങിനില്ക്കുന്ന പായ അയാൾ മടക്കി വച്ചു. ഏതോ ഒരു ചില്ലയിലിരുന്ന് ഒറ്റയ്ക്കൊരു രാപ്പാടി ആർക്കോ വേണ്ടി പാടുന്നത് ചെവിയോർത്തു.

ശരത്, ഗൗരിയെ ഓർത്തതുപോലുമില്ല. ഇന്നലെ നടന്ന അശുഭകരമായ വാക്ധോരണിയുടെ കടയ്ക്കൽ കത്തിവച്ചില്ല. ജോലിത്തിരക്കുകൾ ഫയലിന്റെ രൂപത്തിൽ പതിയിരുന്ന് ആക്രമിച്ചില്ല. ഫ്ളാറ്റിന്റെ അലങ്കാരങ്ങളിൽ മൂരിനിവർന്ന് നാടൻ വീടിന്റെ അകത്തളം സ്വയം നഗ്നയായി. സുഖകരമായ കുളിരിൽ അയാൾ അവളുടെ ചിത്രം വരച്ചു. പല കഷണങ്ങളായി ചിതറിയ ഗൂർണിക്ക... കൂടുതൽ കാതരമായി, കൂടുതൽ സൂക്ഷ്മമായി അയാൾ ഉറക്കത്തിലേക്ക് വീണു.

ഇലക്ഷൻ ഡ്യൂട്ടി

കൂമ്പിയ താമരമൊട്ട് മെല്ലെ വിടരും പോലെയാണ് ശാലിനി ചിന്തകളിൽനിന്നും ഉണർന്നത്. സ്കൂൾ വരാന്തയിൽ പ്രദർശിപ്പിച്ചിരുന്ന വലിയ ഡിസ്പ്ലേ ബോർഡിൽനിന്നും ബന്ധപ്പെട്ട കൗണ്ടർ നമ്പർ കണ്ടെത്തി. നിയമനോത്തരവിൽത്തന്നെ എല്ലാവരുടേയും പേരുണ്ടായിരുന്നുവെങ്കിലും ആരേയും നേരിൽ കാണുകയോ സംസാരിക്കുകയോ ചെയ്തിട്ടില്ല. നിഗൂഢമായ ഒരാനന്ദം ഹൃദയത്തിലൊളിച്ചു വെച്ചുകൊണ്ട് ഓരോ വരാന്തയിലൂടെയും ശാലിനി അലയുകയായിരുന്നു. മുൻപരിചയമുള്ള ചിലരൊക്കെ അടുത്തുവന്നു സംസാരിച്ചു. എങ്കിലും കൗണ്ടർ നമ്പർ ഇരുപതിലേക്ക് ഇനിയും ദൂരമുണ്ട്.

നടന്ന വഴിയിലൂടെ തന്നെ വീണ്ടും നടന്നു. ഇനി അവരെല്ലാം തന്നെ കാത്തുനില്ക്കുകയാണെങ്കിൽ– ഇല്ല– വൈകിയിട്ടില്ല. ധൃതിയിൽ ചോറ് വാർക്കാനെടുത്തപ്പോൾ കലത്തോടെ മറിഞ്ഞുവീണതും പരിപ്പുതോരൻ അല്പം കരിഞ്ഞതും ഓർത്തപ്പോൾ മനസ്സ് വീണുടഞ്ഞ ചില്ലുഗ്ലാസു പോലെ....

എങ്ങോട്ടാ..? എന്നു ചോദിച്ച് ആദ്യം ചാടിവീണത് എൽസമ്മ ജോർജ് ആയിരുന്നു. ഏഴടിപ്പൊക്കക്കാരിയായ കായികാദ്ധ്യാപിക. ശാലിനി എന്തെങ്കിലും പറയും മുൻപുതന്നെ അവളുടെ അടിവയറിന്റെ നഗ്നമായ മേൽഭാഗത്ത് അമർത്തിപ്പിടിച്ച് ഒറ്റ ഞെക്കായിരുന്നു എൽസമ്മ നടത്തിയത്. അവരെ കാണുന്നതുപോലും ശാലിനിക്കു പേടിയാണ്. ഇതിനു മുൻപും ഇത്തരം ഗോഷ്ടികൾ അവർ കാണിച്ചിട്ടുണ്ട്. അവൾ സാരി ഒന്നുകൂടി വലിച്ചിട്ട് മൈതാനത്തേക്കു നടന്നു. എൽസമ്മ കൗണ്ടറിനുള്ളിലേക്കും. അവരുടെ പൃഷ്ഠഭാഗത്തിന്റെ ശക്തമായ മർദ്ദനമേറ്റ് മുന്നിലെ വാതിൽ അപസ്മാരം വന്ന രോഗിയെപ്പോലെ ശക്തിയിൽ വിറയ്ക്കുന്നുണ്ട്.

ശാലിനി പടികൾ കയറി കൗണ്ടറിനകത്തെ സ്ത്രീയോട് ജി എഴുപത്തേഴിൽ, പതിനാലിലൊന്നിലേക്ക് എത്രപേർ എത്തിയിട്ടുണ്ട്. എന്നുറക്കെ ചോദിച്ചു. ഒരുനിമിഷം കണ്ണുകൾ കീഴോട്ടുതൂങ്ങിയ ആ സ്ത്രീ ലിസ്റ്റ് മറിച്ചുനോക്കിക്കൊണ്ടു പറഞ്ഞു. രണ്ടാൾ ഒഴികെ എല്ലാവരും വന്നിട്ടുണ്ട്. വരുന്ന വഴിക്ക് ഒരാളുടെ കാലൊടിഞ്ഞു. വീഴ്ചയിൽ പറ്റിയതാണ്– മറ്റേ വ്യക്തിക്ക് അടുത്ത ബന്ധു മരിച്ചു. റിസർവ്വിലാളുണ്ട്. അവരുടെ ഉത്തരങ്ങളുടെ നീണ്ട അലകൾ ചെന്നുപതിച്ച് കതകിന്റെ വിറയൽ നിന്നു.

ആരിത്? കോമളകുമാരിയോ? കണ്ണട കൈയിൽപ്പിടിച്ച ഖദീജ ടീച്ചറാണ്.

“ഇത് ഞാനാ– ശാലിനി. വയസ്സ് 22. മൂന്നാമത്തെ പോളിങ് ഓഫീസർ, കാരത്തോട് സ്കൂളിലെ അദ്ധ്യാപികയാണ്.” ആ മറുപടി ഖദീജ ടീച്ചറുടെ ദുർബ്ബലമായ കോക്ലിയയിലെത്തും മുൻപുതന്നെ “ഓ.. ഈ പെങ്കൊച്ചിന് വേറെ പണിയൊന്നും ഇല്ലേ. വന്നപ്പം തുടങ്ങിയ കറക്കംതന്നെയാണല്ലോ. നിനക്ക് പറ്റിയ ഐറ്റങ്ങള് അങ്ങേയറ്റത്തൊക്കെ നില്പുണ്ട്. പോയി നോക്ക് പെണ്ണേ.” എന്നൊക്കെ പറഞ്ഞ് എൽസമ്മ ഇടിവാളുപോലെ കടന്നുപോയി.

ശാലിനി കൂട്ടിയിട്ട ഡസ്കുകൾ ഉന്തിമാറ്റി കൗണ്ടറിനുള്ളിലേക്കു കടന്നു. അവിടെ റവന്യൂ ഉദ്യോഗസ്ഥർ ബാലറ്റ് സാമഗ്രികൾ തരംതിരിച്ചുവെച്ചത് സൂപ്പർ വൈസർ ഒന്നുകൂടി പരിശോധിക്കുകയാണ്. ഒരു നിമിഷത്തേക്ക് അവൾ ശ്വാസം ആഞ്ഞുവലിച്ചു. കൂടെയുള്ളവരുടെ പേരുവിവരം ഒരിക്കൽ കൂടി ഒന്നുവായിച്ചു. ‘ഷെരീഫ്’ എന്ന പേര് രണ്ടുമൂന്നുവട്ടം വായിച്ചു. വന്നിട്ടുണ്ടാവുമോ? കാണാൻ എങ്ങനെയിരിക്കും. ഒരു റവന്യൂ ഉദ്യോഗസ്ഥൻ വലിയൊരു സഞ്ചിയുമായി ശാലിനിയുടെ ദേഹത്തു തൊട്ടു തൊട്ടില്ല എന്നമട്ടിൽ നടന്നുപോയി. ഇന്നു രാത്രി വീട്ടിൽ പോകാൻ കഴിയുമോ? ബാലറ്റ് പേപ്പർ മുഴുവനും ഇതുവരെ എത്തിയിട്ടില്ലത്രേ. വീട്ടിൽ നിന്നിറങ്ങുമ്പോൾ തുടങ്ങിയ സംശയങ്ങളുടെ കയ്പ് ഇതുവരെ വിട്ടകന്നിട്ടില്ല.

പ്രിസൈഡിങ് ഓഫീസറെ കണ്ടതോടെ തെല്ലുസമാധാനം കൈവന്നു. സൗമ്യനാണെന്നു തോന്നുന്നു. ക്ഷമയോടെ ഓരോന്നായി ഏറ്റുവാങ്ങുന്നു. ഒരു നൂറുകൂട്ടം ഇടങ്ങളിൽ ഒരേസമയം ഒപ്പുകൾ പതിപ്പിച്ചുകൊണ്ടേയിരിക്കുന്നു. എവിടെയാവും ഷെരീഫ് – അരവിന്ദൻ, ഹിദായത്ത്, അജ്മൽ, ഷീബ, പുഷ്പലത– എന്തോ, വീണ്ടും ഷെരീഫ് സൂര്യകാന്തിപോലെ വിടരുന്നു.

“ശാലിനീ” ഖദീജ ടീച്ചർ പതുക്കെ വിളിച്ചു. അവളൊന്നു മൂളി. “എന്താ ഒന്നും പറയാത്തെ? ഇതെങ്ങനെ നടക്കും. പ്രശ്നം വല്ലതും ഉണ്ടാകുമോ? നമുക്ക് ഇന്ന് വീട്ടിൽ പോകാൻ കഴിയോ?”

“അതൊക്കെ നടക്കുമെന്റെ കുട്ടീ. ചൊവ്വേല്ക്ക് ഒന്നും അല്ലല്ലോ. നമ്മള് പോകുന്നത്. ചിലരൊക്കെ ആ ഭാഗത്തുണ്ട്. ഞാൻ നന്നായി അറിയുന്നവർ. ഒരു കാര്യത്തിനും പേടിക്കേണ്ട.”

"നമ്മുടെ കൂടെ നാലാണുങ്ങൾ ഇല്ലേഡോ.. പിന്നെന്താണ്." ഷീബയുടെ സന്തോഷം അതിലാണ്. ഒരു മണ്ണാത്തിപുള്ളിന്റെ കരച്ചിൽ മുകളിലൂടെ വന്നുപോയി. ഖദീജ ടീച്ചറിന് കുടിവെള്ളം എടുത്തുകൊടുത്തിട്ട് തിരിച്ച് ചെന്നപ്പോൾ എല്ലാവരും മരച്ചുവട്ടിലിരുന്ന് കിട്ടിയ സാമഗ്രികൾ എണ്ണിതിട്ടപ്പെടുത്തുകയാണ്.

പേടിച്ചു പേടിച്ചാണ് ശാലിനി അങ്ങോട്ടുചെന്നത്. പേപ്പർ സീലിന്റെ അഞ്ചുകോപ്പി നമ്പർ ഉടനെ നോക്കിയെടുത്തു കൊടുക്കാൻ പറഞ്ഞ് ജീപ്പ് ബ്രേക്കിട്ടതുപോലെ ഒരാൾ മുന്നിൽ. വെള്ളയിൽ നീല ചെക്ക് ഷർട്ട് ധരിച്ച ഒരു സുമുഖൻ– അമ്മിക്കല്ലുപോലെ മിനുസമാർന്ന മുഖത്ത് പണ്ടെന്നോ വന്നുപോയ മുഖക്കുരു കുത്തുകൾ. നിലാവുപോലെ മനോഹരമായ മുഖം. അതേ കുഴികൾ, ഗർത്തങ്ങൾ, പ്രലോഭനങ്ങൾ. കണ്ണുകളിലെ പ്രകാശത്തിനു പോലും അതേ കുളിർമ്മ. അവളെന്ന മഞ്ഞുമലയെ മറികടന്നു നടന്നുപോയ ആ ടൈറ്റാനിക് കപ്പലിനെ പിന്തുടരുന്ന കൂമൻ കണ്ണുകൾ മാത്രമായി ശാലിനി. ബാലറ്റ്പെട്ടിയും ഉയർത്തിപ്പിടിച്ച് അയാൾ തിരിച്ചു നടക്കുന്നത് കണ്ടതോടെ അവൾ ഉറപ്പിച്ചു. ഇയാൾ തന്നെ ഷെരീഫ്. ബാക്കി മൂന്നുപേരും ഇവിടെ നില്പുണ്ടല്ലോ. അവരെ വേഗംതന്നെ പരിചയപ്പെടണം. പക്ഷേ, അയാളിങ്ങെത്തിക്കഴിഞ്ഞു. പേപ്പർ സീൽ ഇതുവരെ നോക്കിയെടുത്തിട്ടുമില്ല. ആകെ അങ്കലാപ്പായല്ലോ. സഞ്ചിയിലെ മുഴുവൻ കവറുകളും അവൾ താഴെ കുടഞ്ഞിട്ടു.

"എന്താ കുട്ടീ ഈ കാട്ടുന്നത്. ഇതൊക്കെ വളരെ ശ്രദ്ധയോടെ കൈകാര്യം ചെയ്യേണ്ടതാണ്. ജനാധിപത്യം കുട്ടിക്കളിയല്ല." പ്രിസൈഡിങ് ഓഫീസർ ഉദ്ബുദ്ധനായി. അതുകേട്ടപ്പോൾ അവളുടെ അകമൊന്നു കടഞ്ഞു.

"ഇതിനെയാണ് പറയുന്നത് പേപ്പർസീൽ"

വലിയ ചിറകുള്ള ചിത്രശലഭത്തെ കാണുംപോലെ അജ്മൽ ഉയർത്തിക്കാട്ടിയ കടലാസുനോക്കി ശാലിനി മിഴിച്ചുനിന്നു. പലതിന്റേയും പേരുകൾ പഠിക്കേണ്ടിയിരിക്കുന്നു. ഒരു ഹരിശ്രീ കൂടി ഇവിടെ തുടങ്ങുന്നു.

കുറച്ചുനേരം കഴിഞ്ഞപ്പോൾ ചന്ദ്രശേഖർ സാർ വന്നു. അടുത്ത ബൂത്തിലെ പ്രിസൈഡിങ് ഓഫീസറാണ്. ഇടതു ചൂണ്ടുവിരലിൽ പതിക്കുന്ന മഷിപോലെ നെറ്റിയിൽ നേർത്ത ഒരു ചന്ദനക്കുറി. അതിന്റെ നടുവിലുള്ള മൂകാംബികാ സിന്ദൂരത്തിന്റെ തിളക്കം ശാലിനി ശ്രദ്ധിച്ചു. സാറിനെ കണ്ടതും പുഷ്പലത സാഷ്ടാംഗം കാലിലേക്ക് വീണു. ചന്ദ്രശേഖരൻ സാർ അതു പ്രതീക്ഷിച്ചതല്ല. അദ്ദേഹത്തിന്റെ മുഖത്തെ മാറി മാറി വരുന്ന ഭാവങ്ങളെല്ലാം നോക്കി എല്ലാവരും വെറുതെ നിന്നപ്പോൾ പുഷ്പലതയെ എഴുന്നേല്പിച്ചിട്ട് സാറ് തന്നെ ഇരിക്കാൻ പറഞ്ഞു. പുഷ്പലത ഇരിക്കാതെ താണുവണങ്ങി നിന്നു. വന്ന കാര്യമെന്താണെന്നു തന്നെ മറന്നുപോയ ചന്ദ്രശേഖരൻ സാർ പുഷ്പലതയോട്, ആരാണ്? എന്താണ്? എന്നൊക്കെ അന്വേഷിക്കുവാൻ തുടങ്ങി. നീണ്ട പരിചയപ്പെടുത്തലിനൊടുവിൽ കാര്യം പിടികിട്ടിയവണ്ണം അദ്ദേഹം തല

കുലുക്കുകയും പുഷ്പലതയുടെ ഓർമ്മശക്തിക്കു മുന്നിൽ അടിയറവു പറയുകയും ചെയ്തു.

ഇതിനിടയിൽ സാധനങ്ങളെല്ലാം എണ്ണിത്തിട്ടപ്പെടുത്തി കുറവുള്ള വസ്തുവകകളുടെ ലിസ്റ്റ് പ്രത്യേകം എഴുതി തയ്യാറാക്കി സംഘാംഗങ്ങൾ അമ്പത്തിയൊന്നാം നമ്പർ വണ്ടി തേടാനുള്ള ഒരുക്കത്തിലാണ്.

ചന്ദ്രശേഖരൻ സാറിൽനിന്ന് പുഷ്പലതയെ അടർത്തി മാറ്റി ശാലിനി ചോദിച്ചു. "അപ്പോൾ പിന്നെ ഡിക്ലറേഷൻ ആര് എഴുതിക്കൊടുക്കും? നമ്മുടെ പ്രിസൈഡിങ് ഓഫീസറെ കാണുന്നില്ലല്ലോ?"

"അതൊന്നും നമ്മളറിയേണ്ട. അങ്ങേര് എന്താണെന്ന് വെച്ചാൽ അങ്ങ് ചെയ്യട്ടെ. വേഗം നടന്നോളൂ. പുഷ്പലത മുരണ്ടു. പൊരിവെയിലത്തൂടെ വണ്ടിയെ ലക്ഷ്യമാക്കി നടക്കുമ്പോൾ ഷെരീഫിന്റെ ബാലറ്റ് പെട്ടിയും ചുമന്നുള്ള നടത്തം പഴക്കുലകൾക്കിടയിലെ മിഠായി ഭരണി പോലെ അവളെ പ്രലോഭിപ്പിച്ചുകൊണ്ടിരുന്നു. മുന്നിൽ നടക്കുന്ന ആ കൊമ്പനെ നോക്കി അവൾ ചോദിച്ചു. "അവനെങ്ങനെ?" പുഷ്പലത വാക്കുകൾ കൊണ്ടു പുഷ്പിച്ചു. "നല്ല മിടുക്കനാ. പൊലീസിലായിരുന്നു ആദ്യം പണികിട്ടിയത്. പിന്നെ എച്ച് എസ് എസിലേക്കു മാറിയതാ. ഓന് പഠിപ്പിക്കാൻ തന്ന്യാ താല്പര്യം."

"എങ്ങനെയുണ്ട് ജനാധിപത്യവും ചുമന്നുകൊണ്ടുള്ള ഈ നടപ്പ്?" അയാളുടെ മുഴക്കമുള്ള ശബ്ദം വീണ്ടും ശ്രവിച്ച മാത്രയിൽ അവളിൽ അവശേഷിച്ചിരുന്ന ആകാംക്ഷയും തിരി താഴ്ത്തി. ഷെരീഫിന്റെ നോട്ടത്തിന്റെ മൂർച്ചയേറിയ കൊമ്പുകൾ ഇപ്പം വന്ന് ശരീരത്തിൽ കുത്തി മുറിവേല്പിക്കുമെന്ന് ശാലിനി ശരിക്കും ഭയന്നുപോയി.

എല്ലാവരും വണ്ടിയിൽ കയറി. സാധനങ്ങളെല്ലാം നിരത്തിവെച്ച് അവർ മൂന്നുപേരും ചായക്കടയിലേക്കുപോയി. തിരിച്ചുവന്നത് സർബ്ബത്ത് ഗ്ലാസുമായിട്ടാണ്.

"എന്തായാലും ഇങ്ങനെ നാലുപേർ കൂടി ഇവിടെയുണ്ടെന്ന ചിന്തയുണ്ടായല്ലോ? പടച്ച തമ്പുരാന് സ്തുതി." ജമീല ടീച്ചർ നന്ദി പ്രകാശിപ്പിച്ച് ഗ്ലാസ് ഉടനെ മടക്കിക്കൊടുത്തു.

നാലു ചുവന്ന മഷിപ്പേനയും രണ്ടു കിലോ നേന്ത്രപ്പഴവും പത്തു പെറോട്ടയും മേടിച്ചുകൊണ്ടാണ് പ്രി ഓഫീസർ എന്നു വിളിക്കപ്പെടുന്ന സത്താർ സാർ വണ്ടിയിൽ കയറിയത്. ഷെരീഫ് ഡോറിൽ തന്നെ നില്പുണ്ടായിരുന്നു. കൈയിൽ വലിയൊരു ടോർച്ച്. അത് അഴിച്ചു സംവിധാനത്തിൽ കുറ്റമറ്റതാക്കുകയാണ്. എത്ര ഞെക്കിയാലും ഞാൻ കത്തുകയില്ല എന്നൊരു ധാർഷ്ട്യഭാവം അതിനുണ്ട്. അതുള്ള കരങ്ങളിലിരുന്ന് ചൂടു പിടിച്ചതിന്റെ അഹങ്കാരം അതിനുണ്ട്. റോഡിൽനിന്നു തന്നെ ഹിദായത്ത് ഉറക്കെ വിളിച്ചു. "ഷെരീവ് സാറേ, നിങ്ങളിങ്ങനെ മനുഷ്യനെ പൊടിപിടിപ്പിക്കല്ലേ." ആ ശബ്ദം ബസിന്റെ മുൻവാതിലിലൂടെ കയറി ടിക്കറ്റെടുക്കാതെ പിൻവാതിലിലൂടെ ഇറങ്ങിപ്പോയി. തൊട്ടടുത്ത ബൂത്തിലെ ഉദ്യോഗസ്ഥൻ കൂടി എത്താനുണ്ട്. അരമണിക്കൂർ കൂടി താമ

സമുണ്ടാകും. അവർക്ക് ബ്ലോക്ക് ബാലറ്റുകൾ ഒന്നും തന്നെ കിട്ടിയിട്ടില്ല.

ഖദീജ ടീച്ചർ മരുന്നും വെള്ളവുമായി എഴുന്നേറ്റു ഒന്നുരണ്ടു ഗുളികകൾ ശാലിനി പകുതിയാക്കിക്കൊടുത്തു. വെള്ളം കുടിച്ച് ചുണ്ടു തുടച്ചുകൊണ്ട് ടീച്ചർ പറഞ്ഞു. "ഈ ഡ്യൂട്ടിയൊന്നു മാറ്റി കിട്ടാൻ. എത്ര നടന്നൂ ഞാൻ! യൂട്രസ് റിമൂവ് ചെയ്തിട്ട് ആറ് മാസം കഴിഞ്ഞില്ലേ. ഇനി നിങ്ങൾക്കെന്താ പ്രയാസം എന്നാണവർ ചോദിച്ചത്. അവരോട് പടച്ചോൻ ചോദിക്കട്ടെ."

ഷീബ ഒന്നു രണ്ടു പ്രാവശ്യം മൊബൈൽ ഫോണെടുത്ത് അങ്ങോട്ടുമിങ്ങോട്ടും നടന്നു. ഒരിടത്തും റേഞ്ചില്ല. കുട്ടികളെ മഞ്ചേരിയിൽ കൊണ്ടുപോയി വിട്ടിട്ടാണ് വന്നിരിക്കുന്നത്. ചെറുതിന്റെ കാര്യം വലിയ കഷ്ടാണ്. ഇതുവരെ പിരിഞ്ഞുനിന്നിട്ടില്ല. ഷീബയുടെ മുഖം കണ്ടിട്ടാവണം, പുഷ്പലതയ്ക്കും സങ്കടംവന്നു. എല്ലാം ശരിയാകുമെന്ന് പുഷ്പലത പറഞ്ഞു. അതെ. എല്ലാം അല്ലാവിന്റെ കുതറത്തോണ്ട് സുന്നത്തായി കിട്ടുമെന്ന് ജമീല ടീച്ചറും പറഞ്ഞു. എല്ലാവരും എല്ലാം ശരിയാകുമെന്നു പറയുന്നു. പുഷ്പലതയെ ഭർത്താവ് നേരത്തെ ഉപേക്ഷിച്ചതാണ്. മകൾക്കു രണ്ടുവയസ്സുള്ളപ്പോൾ. മകളിപ്പോൾ വിവാഹിതയായി സുഖമായി കഴിയുന്നു. ഇപ്പോഴും കൈമോശം വരാത്ത യൗവനവുമായി പുഷ്പലതയും.

"എല്ലാം ജാതകഫലം കർമ്മദോഷം!" പുഷ്പലത ശാലിനിയുടെ ചെവിക്കടുത്തേക്ക് ചെന്ന് ശബ്ദം താഴ്ത്തി. സത്യത്തിൽ ശരിക്കുള്ള ദാമ്പത്യസുഖം എന്താന്ന് എനിക്കറിയില്ല. ഒരു കുട്ടീണ്ടായീന്നല്ലാതെ എന്താ സംഭവിച്ചേന്ന് ഇപ്പോഴും ഓർക്കാൻ പേട്യാണ്. ഭാസ്കരേട്ടൻ ഒഴിവാക്കി പോയത് നന്നായി. അല്ലെങ്കിൽ എനിക്ക് ഈ ജോലീം കിട്ടില്ല. ഡ്യൂട്ടീം കിട്ടില്ല. നിങ്ങളെയൊക്കെ പരിചയപ്പെടാനും കഴിയില്ല. പതിനാറ് വർഷങ്ങൾക്കുശേഷം ചന്ദ്രൻസാറിനെ കണ്ടുമുട്ടാനും കഴിയില്ല. സാറ് കുറേക്കാലം ഞങ്ങടെ ചാവടീല് താമസിച്ചിട്ടുണ്ടേയ്. ഞാൻ കുറേ വെച്ചുവിളമ്പീതാ. സാറ് അതൊക്കെ മറന്നു. ഞാനെപ്പോഴും കരിപിടിച്ച പാത്രം വെണ്ണീറിട്ട് തേച്ചു മിനുക്കണ ആളല്ലേ. അതാ, ഓർമ്മകൾ മങ്ങലില്ലാതെ തീക്കട്ടപോലെ നില്ക്കുന്നത്."

ശാലിനി അന്നേരം ബസിനുള്ളിലെ ചില്ലിട്ട ദൈവങ്ങളെ നോക്കി. അവർ പുഷ്പലതയെ നോക്കി. ഞങ്ങൾ ഒന്നിച്ച് പ്രിസൈഡിങ് ഓഫീസറെ നോക്കി. അദ്ദേഹം ബാലറ്റ് പെട്ടിയിലേക്കും നോക്കി. വണ്ടി പുറപ്പെടാൻ പോകുകയാണ്. ഡ്രൈവർ സീറ്റിലമർന്നു. ഷെരീഫ് ഇതുവരെ ഇവിടെ നിന്നിരുന്നു. ഇപ്പോൾ എങ്ങോട്ടുപോയി? എവിടെയാവും ഇരിക്കുക? എത്രദൂരം യാത്രയുണ്ടാവും? തന്നോട് തമാശയെന്തെങ്കിലും പറയുമോ? അതോ പഴയ പൊലീസ് ശൗര്യം പുറത്തെടുക്കുമോ...?

"ഷെരീഫും ഹിദായത്തും ബൈക്കിനു വന്നോളും. നമുക്ക് പുറപ്പെടാം." ആരുടെ ശബ്ദമായാലും ആ പറഞ്ഞതിന് തീരെ ഇമ്പമുണ്ടായിരു

ന്നില്ല. വഴി കാണിക്കാനുള്ള റവന്യൂ ഉദ്യോഗസ്ഥൻ ശാലിനിയുടെ അടുത്തു വന്നിരുന്നു. അയാളുടെ ശ്വാസനാളത്തിൽ നിന്നുയരുന്ന കുറു ങ്ങൽ അവളെ വല്ലാതെ അലോസരപ്പെടുത്തുകയും ചെയ്തു.

കുന്നത്ത് ഇഫ്ഷാഹുൽ ഉല്ലൂം മദ്രസയുടെ മുന്നിൽത്തന്നെ ബസ് നിന്നു. പോളിങ് സാമഗ്രികളുമായി അകത്തേക്ക് നടക്കുമ്പോൾ ഷെരീഫും അജ്മലും തൂണിൽ ചാരിനിന്നു കൊണ്ട് ഫോൺ വിളിക്കു ന്നു. അതൊരു കൗതുകമുള്ള കാഴ്ചയായിരുന്നു. ഷെരീഫ് വലതുകാൽ മുന്നോട്ട് ഉന്തി പാദം തൂണിൽ ഉയർത്തിവെച്ചായിരുന്നു നിന്നിരുന്നത്. പൊടുന്നനെ ശാലിനിക്ക് വല്ലാത്ത ചമ്മൽ അനുഭവപ്പെട്ടു. പൗരുഷമുള്ള ഒരു പുരുഷന്റെ കൈവിരലുകൾ താലോലിക്കുന്ന ആ മൊബൈൽ ഫോണിൽനിന്നും മറുഭാഗത്തെ സ്ത്രീശബ്ദം പള്ളിയിലെ ബാങ്ക് വിളി യോടൊപ്പം വന്നതിനാൽ വ്യക്തമായില്ല. എങ്കിലും കേട്ട കാര്യം ചൂടുപി ടിപ്പിക്കാൻ പോന്നതുന്നെയായിരുന്നു. "ബാക്കിയുള്ളവരിവിടെ തീതിന്ന് ഇരിക്കുകയാണെന്ന് വല്ല ചിന്തയുമുണ്ടോ?"

ശാലിനി വെറുതെ ഉത്തരത്തിലേക്ക് നോക്കി. ഒരുപക്ഷേ, ഷെരീ ഫിന്റെ ഉമ്മയുടെ ശബ്ദമാവാനും വഴിയുണ്ട്. ഇലക്ഷൻ കാലം ഉമ്മമാ രുടെ ഖൽബിലെ തീക്കാലം കൂടിയാണല്ലോ.

ഡ്രൈവർ വീണ്ടും വണ്ടി സ്റ്റാർട്ടാക്കി. അടുത്ത ബൂത്തിലേക്കുള്ള പ്രയാണത്തിനിടയിൽ വണ്ടി എന്തൊക്കെയോ മുക്കിയും മൂളിയും പറ ഞ്ഞുകൊണ്ട് കുറച്ചുനേരം അങ്ങനെ തന്നെ നിന്നു. പിന്നെ അരുതാത്ത തെന്തോ കേട്ടതുപോലെ മനസ്സുപിടഞ്ഞ് ഒന്നും മിണ്ടാതെ ഓടാൻ തുടങ്ങി. അടിവാരത്തു ചെന്ന് ഒരുചായ കുടിച്ച് ഇപ്പോൾ വരാമെന്ന് പറഞ്ഞ് അവർ മൂന്നാളും താഴോട്ടിറങ്ങി. ഉടനെ തിരിച്ചുവന്ന് ഷെരീഫ് ആ പഴയ ടോർച്ചും വണ്ടിയുടെ ചാവിയും ശാലിനിയുടെ കൈയിൽ കൊടുത്തു ഒരു സൂക്ഷിപ്പു മുതൽ കുറച്ചുനേരത്തേക്ക്! എന്നിട്ട് അവളെ നോക്കി നിലാവൊലിക്കുന്ന ഒരു പാൽപുഞ്ചിരി തൂകി. ചുവന്നു തുടുത്ത നീല കലർന്ന മാനത്ത് പനിമതി നാണിച്ച് ഒരു കള്ളവോട്ട് രേഖപ്പെടു ത്തി.

രണ്ടുമൂലയിലും ഓരോ ഡസ്കു വീതം കോണാകൃതിയിൽ പിടി ച്ചിട്ട് ഹാർഡ് ബോഡ് മറ വെച്ചു. അഭിമുഖമായി പോളിങ് ഓഫീസേ ഴ്സിനും അതിനു പിന്നിൽ പോളിങ് ഏജന്റിനും ഇരിപ്പിടം ഒരുക്കി. പെട്ടെ ന്നാണ് ഒരു സ്ഥാനാർത്ഥിയും നിലവിലെ പഞ്ചായത്ത് പ്രസിഡന്റും രണ്ടു മൂന്നു നേതാക്കളും വിശപ്പുപോലെ കടന്നുവന്നത്. അവർ എന്തെങ്കിലും അസൗകര്യമുണ്ടെങ്കിൽ പറയണമെന്നും പറഞ്ഞ് കൂടെയുള്ള മൗലവിയെ കോഴിയെ കൂട്ടിൽനിന്നും തുറന്നുവിടുന്നതുപോലെ മുറിക്കുള്ളിലേക്ക് കയറ്റിവിട്ടു. അദ്ദേഹം നാലുമൂലയിലും നടന്ന് എന്തോ ചൊല്ലുന്നതു പോലെ തോന്നി. അതൊരുതരം പ്രാർത്ഥന തന്നെയാണെന്ന് ശാലിനിക്കു തോന്നി. അതങ്ങനെയല്ലായിരുന്നുവെങ്കിലും പ്രത്യേകിച്ച് പുതുമയൊന്നും അവകാശപ്പെടാനില്ലാത്ത ഒരു ജനുസ്സിന്റെ റെഡ് ഡാറ്റാബുക് അവിടെ

മലർക്കെ തുറക്കപ്പെടുകയായിരുന്നു.

ചായ കുടിക്കാൻ പോയവർ തിരിച്ചെത്തി. അവരുടെ പിന്നാലെ രണ്ടു മൂന്നു ആട്ടിൻകുട്ടികളും പ്രായം ചെന്ന ഒരു ഉമ്മയും. ആടുകൾ എല്ലാവരേയും നോക്കി ഒന്ന് ഉറക്കെ കരഞ്ഞു. അതുകൊണ്ടാവും ആ ഉമ്മ വേഗം പിൻവലിഞ്ഞു. കറുത്ത മുത്തുമണികൾ പോലെ അജഗണങ്ങളുടെ തിരുശേഷിപ്പുകൾ ഇരുളിൽ ലയിക്കാൻ കാത്തു കിടന്നു.

ഷെരീഫ് ശാലിനിയോട് സ്വദേശം എവിടെയെന്ന് ആരാഞ്ഞു. ചെരിപ്പിൽ ഒട്ടിപ്പിടിച്ച ച്യുയിങ്ങം തറയിലിട്ടുരച്ച് വശം കെട്ട പ്രിസൈഡിങ് ഓഫീസർ പറഞ്ഞു "എന്റെ ഷെരീഫേ, നീ ഏതു കോത്താഴത്തുകാരനാ. ആ പെങ്കൊച്ചിന്റെ മുഖത്തോട്ടു നോക്ക്യാ ഏതൊരുത്തനും പറയും തൃശൂര് കാരിയാണെന്ന്. വർത്തമാനം പറയാൻ തൊടങ്ങ്യാ പിന്നെ വേറെ ഒരു തിരിച്ചറിയൽ കാർഡും ആവശ്യമില്ല."

ശാലിനി ചെന്ന് ജനലിന്റെ പാളികൾ ചേർത്തടച്ചു. കൊതുകുകൾ പ്രവേശിക്കാൻ തുടങ്ങിയിരിക്കുന്നു. പക്ഷേ, അടുത്ത ജനൽ അടയുന്നതേ ഇല്ല. ഷെരീഫ് ജനലിലൂടെ ആകാശത്തിലേക്കു നോക്കി. അവളും ആകാശത്തിലേക്കു നോക്കി. രണ്ടാളും കണ്ടത് ഒരേ നക്ഷത്രങ്ങളെ ഒരേ പനിമതിയെ. നേർത്ത ഇരുട്ടിലും ഒരില താഴേക്ക് തിരിഞ്ഞുമറിഞ്ഞ് പതിക്കുന്നത് ശാലിനി കണ്ടു. അയാൾ അതു ശ്രദ്ധിച്ചുവോ ആവോ. നേരത്തേ കേട്ട ആട്ടിൻകുട്ടികളുടെ കരച്ചിൽ അതേ ശ്രുതിയോടെ വീണ്ടും കേട്ടു.

അവളോട് ചേർന്ന് നിന്നുകൊണ്ട് ആർദ്രമെങ്കിലും മുഴുക്കമുള്ള ശബ്ദത്തിൽ അയാളൊരു കഥ പറഞ്ഞു. ഇപ്പോൾ അവർ തമ്മിൽ ഒരു ജനൽ കമ്പിയുടെ അകലം മാത്രം!

ജപ്പാനിലെ ബാഫോ എന്ന മഹാനായ കവി ഒരു സുന്ദരമായ പ്രഭാതത്തിൽ ധ്യാനാത്മകമായി നടന്നുപോകുമ്പോൾ 'നാസുന'യെന്ന ഒരു കാട്ടുപൂച്ചെടി നിറയെ പൂത്തുലഞ്ഞു നില്ക്കുന്ന കാഴ്ച കണ്ടു. ഭൂമിയിൽ മറ്റൊരാളും കണ്ടിട്ടില്ലാത്ത തരത്തിൽ, അത്രയ്ക്കു നവ്യമായ ഒരു മനസ്സോടെ, ആ എളിയ സൗന്ദര്യത്തെ നോക്കി. 'ബാഫോ' പ്രപഞ്ചത്തെ മുഴുവൻ മറന്നുനിന്നു. സാധാരണ ഒരാളെപ്പോലെ ആ പൂക്കളിലൊന്ന് ഇറുത്തെടുക്കാനോ, ഒന്നതിനെ സ്പർശിച്ച് അതിന്റെ നവ്യതയെ ഹനിക്കാനോ അയാൾ തുനിയുന്നില്ല. അയാൾ കണ്ടയിടത്തുതന്നെ അതിനെ ഉപേക്ഷിക്കുന്നു.

ഷെരീഫ് കൈയിലുണ്ടായിരുന്ന ചെമ്പകമൊട്ട് മേശപ്പുറത്തു വെച്ചു. താഴേ ഒരു ഓട്ടോ വന്നുനിന്നു. എൽസമ്മ ജോർജും ഒരു സ്ത്രീയും വണ്ടിയിൽ നിന്നുമിറങ്ങി. ശാലിനിയെ കൂടെ കൂട്ടാൻ വന്നതാണത്രേ! ശാലിനി വരുന്നില്ലെന്ന് തീർത്തുപറഞ്ഞിട്ടും അവർ വിടാനുള്ള ഭാവമില്ലായിരുന്നു. അവരുടെ കറകറ ശബ്ദം ഫാനിന്റെ ശബ്ദത്തോടു മത്സരിച്ചു. ഇത്രയും ദൂരം ബുദ്ധിമുട്ടി വന്നതിന്റെ അമർഷം വല്ലാതെ പതഞ്ഞുപൊന്തുന്നുണ്ടായിരുന്നു.

"അവർക്കിഷ്ടമില്ലെങ്കിൽ നിർബ്ബന്ധിക്കുന്നതെന്തിനാ? ഇവിടെ

വേറെയും സ്ത്രീകളുണ്ടല്ലോ. താമസസൗകര്യവും ലഭ്യമാണ്. പിന്നെന്താ." ഷെരീഫ് ഇടപെട്ടു. അതൊരാശ്വാസം തന്നെയായിരുന്നു. ശാലിനിക്ക്, ദേഷ്യത്താൽ ചുവന്ന എൽസമ്മ അവളെ വല്ലാത്തൊരു നോട്ടം നോക്കിക്കൊണ്ട് കത്രീന കാറ്റുമാതിരി വീശിയകന്നു.

ഏയ് വെറുതെ വിരട്ടിയതാ, എന്നു പറഞ്ഞിട്ട് ഷെരീഫ് കുറച്ചുകൂടി അടുത്തുനിന്നു. ഒരു മന്ത്രണം പോലെ അവളുടെ കാതിൽ പറഞ്ഞു. "ഒന്നും പേടിക്കാനില്ല. ഞങ്ങളൊക്കെ ഇല്ലേ? കൂട്ടിന് വനിതാപൊലീസും പിന്നെന്താ ഇന്ത്യാ ചീന ഭായി ഭായി. ജയ് പോളിങ് ഓഫീസർ. ജയ് പ്രിസൈഡിങ് ഓഫീസർ. ഫോൺ വന്ന് അവൾ പുറത്തേക്കിറങ്ങിയതോടെ അവളുടെ മുഖത്തെ പ്രകാശം കെട്ടുപോയി.

കൂടെയുള്ള മറ്റുള്ളവർ ഓരോരോ ഫോറങ്ങളും അതാത് കവറുകളിൽ ആക്കി പഞ്ചായത്തും ബ്ലോക്കും ജില്ലയും വേറെ തിരിച്ച് എഴുതുന്ന പണിയിൽ മുഴുകിയിരിക്കുന്നതു കണ്ടപ്പോൾ ശാലിനിക്ക് വല്ലായ്മ തോന്നി. ആ സമയം അവൾ അവിടെ ഒരു അധികപ്പറ്റായി "എൽസമ്മ പോയോ?" പുഷ്പലത ചോദിച്ചു. ഷീബയും ആകാംക്ഷയോടെ തല പുറത്തേക്ക് നീട്ടി. ഊം... ഒരു നീണ്ട മൂളലിൽ അവളുടെ ആശ്വാസം കൂടി പ്രതിഫലിച്ചു.

ഷെരീഫ് കൊണ്ടുവെച്ച ചെമ്പകമൊട്ടിന്റെ മണം മുറിയാകെ നിറഞ്ഞുനിന്നു. ഇടയ്ക്കിടയ്ക്ക് ഖദീജ ടീച്ചറുടെ ആയത്തുകളും. ഷീബയുടെ അമർത്തിയുള്ള മൂക്കുചീറ്റലും. അജ്മലിന്റെ സീൽക്കാരവും. അതിനിടയിൽ ചന്ദ്രശേഖരൻ മാഷ് കടന്നുവന്നു. പുഷ്പലത അദ്ദേഹത്തിന്റെ പിന്നിൽ വന്നുനിന്നു. രണ്ടാളും കുറച്ചു നേരത്തേക്ക് ഒന്നും മിണ്ടിയില്ല. ഇങ്ങനെ മിണ്ടാട്ടമില്ലാതെ നിന്നു നിന്ന് ഇവരുടെ ജീവിതം ഇങ്ങനെതന്നെ ഒടുങ്ങിപ്പോകുമോയെന്നുപോലും ശാലിനി പേടിച്ചു. എന്നാൽ സത്താർ സാർ ഒരു സാത്താനെപോലെ ആ നിശ്ശബ്ദ്തയെ അങ്ങ് പൊട്ടിച്ചുകളഞ്ഞു.

"ഇനി സ്ത്രീകൾ താമസസ്ഥലത്തേക്ക് പുറപ്പെട്ടോളൂ. ഷെരീഫ് വരും കൂടെ. ഞങ്ങൾക്ക് കുറച്ചുകൂടി ജോലി ബാക്കിയുണ്ട്. ഒതുക്കുകൾ ഇറങ്ങി ഇടവഴിയിലൂടെ വേണം ആ വീട്ടിലേക്കു പോകുവാൻ." മുന്നിൽ ടോർച്ചടിച്ചുകൊണ്ടു നടക്കുന്ന അതികായന്റെ നിഴലിനോട് ചേർന്നുനടക്കുമ്പോൾ വല്ലാത്ത ഒരു ഉൾക്കുളിര് അവർക്കനുഭവപ്പെട്ടു. മനസ്സിന്റെ ആഭിചാരക്രിയമൂലം അവളുടെ വലതുകാലൊരു കുഴിയിൽ പതിച്ചു. ശരീരം മുന്നോട്ടാഞ്ഞ് അയാളുടെ ബലിഷ്ഠമായ കരങ്ങളിലേക്കും പതിച്ചു. അവൾ ഒന്നുംപറയാതെ അയാളുടെ മുഖത്തേക്കും. ഒരു വലിയ സംഘർഷം ആ മുഖത്തുനിന്ന് അകന്നുപോകുന്നത് അവൾ നിർവൃതിയോടെ ആസ്വദിച്ചു.

മാറിനിന്ന്, ഊറിച്ചിരിക്കയായിരുന്നവർ ചൊറിയണം തട്ടി ചൊറിയാൻ തുടങ്ങി.

ഷെരീഫ് കൈയിലെ വെളിച്ചം ഒരല്പം ഉയർത്തി. ആ വെളിച്ചം

പോയി ഉടലാകെ വളഞ്ഞിട്ടും, തലയിൽ ഗർഭം പേറി നില്ക്കുന്ന ഈന്തിൻ പട്ടയിൽ തട്ടി പലവഴിക്കും പിരിഞ്ഞു.

“വീടെത്താറായി” ഖദീജ ടീച്ചർ പറഞ്ഞു. മുന്നിൽ രാത്രിയോളം വളർന്ന കറുത്ത പർദ്ദയണിഞ്ഞ ഒരു തടിച്ച സ്ത്രീ. അവരുടെ വെളുത്ത പല്ലുകൾ ആനക്കൊമ്പുപോലെ ചിരി കോർത്തെടുക്കുന്നു. എല്ലാവരും വീട്ടിനുള്ളിലേക്കു കയറിയതോടെ ഏകാകിയായി തിരിച്ചുപോകുന്ന അയാളെ ഓടിച്ചെന്ന് അണച്ചു പിടിക്കാനും കനത്ത രോമങ്ങൾ നിറഞ്ഞ ആ മാറിടത്തിൽ മുഖമമർത്താനും അവൾ അതിയായി വ്യാമോഹിച്ചു. അയാളുടെ മണം അവളുടെ ഉടലാകെ പതയാനും തുടങ്ങിയിരുന്നു. ഇരുട്ട് ചൈനയിലെ വൻമതിലിന്റെ രൂപം പൂണ്ട് അവളുടെ ചുറ്റിലും വളരുന്നതുപോലെ തോന്നി. ഇന്ത്യാ ചീനാ ഭായി ഭായി...

റിപ്പോർട്ട് നല്കിയപ്പോഴേക്കും ഷെരീഫ് അടുത്ത വോട്ടറുടെ പേരുവിളി നടത്തിയിരുന്നു. തിടുക്കത്തിൽ ശാലിനി ക്രമനമ്പർ തപ്പിയെടുത്തു. അസർബാക്ക് മുഴങ്ങുമ്പോൾ ബൂത്ത് ശാന്തമായിരുന്നു. പിന്നെ ഒറ്റയ്ക്കും തെറ്റയ്ക്കും ചിലരൊക്കെ വന്നു. നാലുമണിക്കാണ് ഉച്ചഭക്ഷണം കഴിക്കുന്നത്.

പരിണാമദശയിലെ വിചിത്രമായൊരു ചിത്രം പോലെ തിരഞ്ഞെടുപ്പുകാലത്തിന്റെ ക്യാൻവാസിൽ അവ്യക്തത പടർന്നു. അക്ഷമയോടെ സ്ഥാനാർത്ഥി വിഭാഗക്കാർ ഏറ്റുമുട്ടാനുള്ള ഒരുക്കത്തിലാണ്. അഞ്ചുമണിയായതിന്റെ ആശ്വാസം പോളിങ് ഓഫീസേഴ്സിന്റെ മുഖത്തും ദൃശ്യമായി. പ്രീ ഓഫീസർ കതകുകൾ ബന്ധിച്ചു. പിന്നെ ബാലറ്റ് പെട്ടി സീൽ ചെയ്യുന്ന പണിയായിരുന്നു. ഷെരീഫിന്റെ ചടുലമായ കൈകൾ പ്രവർത്തിച്ചുകൊണ്ടിരുന്നു. ആറുമണിയോടെ എല്ലാം ഭദ്രം. ഒരു പേക്കുയിൽ ഉറക്കെ കരഞ്ഞുകൊണ്ട് പറന്നു പോയി. “ഇനി സ്ത്രീകളെ പറഞ്ഞയക്കാം. പെട്ടി നമുക്ക് എത്തിക്കാമല്ലോ.” സത്താർ മാഷിന് വലിയ ടെൻഷനൊന്നും ആ മുഖത്തില്ലായിരുന്നു. അക്വിറ്റൻസ് ഒപ്പിട്ട് പണം കൈപ്പറ്റിയതോടെ നെഞ്ചിന്റെ മിടിപ്പ് ബാലറ്റ് പെട്ടിയിൽ തട്ടി തിരിച്ചുവന്നുകൊണ്ടിരുന്നു.

“എല്ലാവർക്കും ഒരു ഓട്ടോ വിളിച്ച് ബസ് സ്റ്റാന്റിലേക്ക് പോകാം.” ഷീബ പറഞ്ഞു.

യാത്ര പറയാനായി ഓരോരുത്തരുടേയും അടുത്തുചെന്നു. ഷെരീഫ് ഫോൺ ചെയ്യുകയായിരുന്നു. അയാളുടെ മൊബൈൽനമ്പർ ചോദിക്കണമെന്നുണ്ടായിരുന്നു അവൾക്ക്. പക്ഷേ, പേക്കുയിലിന്റെ കരച്ചിൽ അവളെ തടഞ്ഞു.

എങ്കിൽ വണ്ടി സ്റ്റാന്റ് വിട്ടോ എന്നുപറഞ്ഞ് ഷെരീഫ് മെല്ലെ കൈകൾ വീശി. എന്നിട്ടും പോകാതെ നിന്ന അവളെ നോക്കി അയാൾ വിടർന്നു ചിരിച്ചു. അവൾ മുറിക്കുള്ളിൽ കയറി ഇന്നലത്തെ ചെമ്പകമൊട്ട് തിരഞ്ഞു. അതവിടെ എവിടെയോ വീണുകിടക്കുന്നുണ്ടായിരുന്നെന്ന് നേർത്ത ഗന്ധം സാക്ഷ്യപ്പെടുത്തി.

“എന്താ... ഇതൊക്കെ ഞങ്ങൾ ചെയ്തോളാം. സമാധാനമായി

പൊയ്ക്കോളൂ. എട്ടുമണിയോടെ ഞങ്ങളും ഫ്രീയാവും. എനിക്ക് ഭാര്യയെ കൊണ്ടുവരാനും പോകേണ്ടതുണ്ട്. അവൾക്ക് കുറച്ചകലെയാണ് ഡ്യൂട്ടി. അപ്പോൾ പിന്നെ ലാൽസലാം."

അയാളപ്പോളുയർത്തിയ വലതുകൈയിലെ കൂർത്തരോമങ്ങൾ ആ ചെറിയ മനസ്സിനെ വല്ലാതെ വേദനിപ്പിക്കാൻ തുടങ്ങിയിരുന്നു. ആകാശത്തോളം വളർന്ന ഒരു മോഹത്തൂവൽ താഴേക്ക് സാവധാനം വീഴും പോലെ അവൾ ഓട്ടോറിക്ഷ ലക്ഷ്യമാക്കി പടികളിറങ്ങി.

ഓപ്പറേഷൻ ഗ്രീൻഹണ്ട്

കാട്ടിനുള്ളിലൂടെ ബസ് ഓടിക്കൊണ്ടിരുന്നു. ഇഴഞ്ഞു നീങ്ങി എന്നു പറയുന്നതാവും ശരി. ബസ് നിറയെ ആദിവാസികൾ. കുട്ടകൾ, കോഴി, ചാക്ക്, കൈയിൽ മുളകൊണ്ടുണ്ടാക്കിയ ഭംഗിയുള്ള ജലശേഖരണപാത്രങ്ങൾ. മഹുവയുടെ ഗന്ധം കാട്ടിൽ നിന്നല്ല, മുളങ്കുപ്പികളിൽ നിന്നാണെന്നു തോന്നുന്നു, വരുന്നത്.

അങ്ങനെയൊരു യാത്ര അവളുടെ ജീവിതത്തിലാദ്യമായിരുന്നു. കാടിന്റെ പരിച്ഛേദം നിർന്നിമേഷയായി നോക്കിക്കാണുക. സമുദ്രച്ഛായയുള്ള ജലരാശികളാൽ കർണ്ണാഭരണമണിഞ്ഞ കൂറ്റൻ നീരൊഴുക്കുകൾ. ആഴക്കടലിന്റെ നീലാകാശച്ചുവരുകളിൽ മായ്ച്ചെഴുതുന്ന മേഘചിത്രങ്ങൾ പതിച്ചുവച്ചിരിക്കുന്ന നീലത്തടാകം. താഴ്‌വരയിൽ ചാഞ്ഞു പെയ്യുന്ന മഴ. പുതുമണ്ണിൽ മുളകാത്തു കിടക്കുന്ന പാഴ്‌വിത്തുകൾ. പുറപ്പെടാൻ സിഗ്നൽ കാത്തിരിക്കുന്ന വിഷക്കൂണുകൾ.

ഓരോ ഓർമ്മചിത്രവും പെയ്തൊഴിഞ്ഞ മഞ്ഞുകാലത്തിന്റെ, നനവിന്റെ, പച്ചപ്പിന്റെ, ഇല്ലാതാക്കിയ കനികളുടെ ഭൂതകാലത്തെ ഓർമ്മപ്പെടുത്തി. അരിച്ചെത്തിയ ബോധോദയത്തിന്റെ തണലിലിരുന്ന് പിരാനി പിങ്കി ചോദിച്ചു.

"ഈ കുളത്തിലെന്തിനാണിത്രയധികം മീനുകൾ?" ചെറുപ്പക്കാരനായ മീൻകുള പരിപാലകൻ ജലാർദ്രമായി ചിരിച്ചുകൊണ്ടു പറഞ്ഞു. "വെറും മീനുകളല്ല. ജൈവ വൈവിദ്ധ്യത്തിന്റെ ചെറിയ ചെറിയ ലോകങ്ങൾ. ഈ നാട്ടിലെ സ്കൂൾ കുട്ടികൾക്ക് അതാണല്ലോ വേണ്ടത്."

"അതു കുട്ടികൾക്കു കാണാൻ മാത്രമല്ല. നമ്മുടെ പരിസ്ഥിതിക്കും ജീവജാലങ്ങൾക്കും നമ്മളൊരുക്കുന്ന സത്യവാങ്മൂലമാണിത്." അവൾ ചുറ്റിലും കണ്ണോടിച്ചുകൊണ്ട് അയാളുടെ ശ്രദ്ധ തെറ്റിയെന്ന് ഉറപ്പാക്കി.

പിന്നെ കുളത്തിനരികിൽ നിശ്ശബ്ദയായി കിടന്നു. നേർത്ത സൂര്യരശ്മികൾ ശരീരത്തിൽ അക്യൂപങ്ചർ ചികിത്സ നടത്തിയപ്പോൾ അവൾ കാൽമുട്ട് വരെ വസ്ത്രമുയർത്തി. അടിവയറ്റിലെ നേർത്ത രോമരാജികൾക്കിടയിലൂടെ തിക്കിത്തിരക്കി കടക്കാൻ അർക്കരശ്മികൾ ബോർഡിങ് പാസിനെന്ന വണ്ണം തടയപ്പെട്ടുനിന്നു. ഇളം ചൂടിൽ കൂമ്പിപ്പോയ കൺപോളകൾ, ചുടൻ മയക്കത്തിൽ, തണൽ മരങ്ങളില്ലാത്ത, വിജനമായ നടപ്പാതകൾ സ്വപ്നം കണ്ട് അവൾ സഞ്ചാരം തുടർന്നു. കാൽവണ്ണകളിൽ അരിച്ചിറങ്ങുന്ന തണുപ്പ്.

പ്രയാസപ്പെട്ട് കണ്ണു തുറന്നു. സൈഡ് സ്ക്രീൻ കൊണ്ടു മറച്ച വലതുഭാഗം വ്യക്തമായി കാണാം. അവളുടെ നീളൻ ചോളിയും മറ്റുവസ്ത്രങ്ങളും ഒരു മൂലയിൽ ഉത്സവത്തിന് നാട്ടിയ കൊടിക്കൂറകൾ പോലെ പാറിക്കളിക്കുന്നു. ആ സമയം അവിടെ ശ്മശാനത്തോളം മൂകമായി ഒരു മീൻകണ്ണ് തുറക്കപ്പെട്ടു. നേരത്തേ പരിചയപ്പെട്ട മനുഷ്യന്റേതുപോലുള്ള കൃഷ്ണമണി. നിർജ്ജീവമായ ആ മിഴി മൊഴിയാൻ ശ്രമിച്ചതത്രയും പിരാനിപിങ്കിയുടെ സംവേദനങ്ങൾക്കപ്പുറമായിരുന്നു.

ഡ്രിപ്പിട്ടു കിടക്കുകയായതിനാൽ വനിതാ പൊലീസിന്റെ ചോദ്യങ്ങളൊക്കെ അവൾ മനസ്സിൽ അടക്കിവെച്ചു. കുഞ്ഞുമീനുകൾക്ക് പിറന്നുവീഴാൻ പറ്റിയ ദ്രാവകം തുള്ളിതുള്ളിയായി അവളുടെ കൈത്തണ്ടയിലേക്ക് കയറിക്കൊണ്ടിരുന്നു. അനക്കമില്ലാത്ത കിടപ്പിനിടയിൽ ചിലന്തിവലയിൽ കുടുങ്ങിയ കൊച്ചുപ്രാണി അവസാനമായി ഒന്നു കുതറുന്നത്. അവൾ ഭീതിയോടെ നോക്കിക്കിടന്നു. ഈ മുറിക്കുള്ളിൽ സമയം ചലിക്കുന്നില്ലേയെന്നു കൂടി പിരാനി പിങ്കി സന്ദേഹിച്ചു. അടച്ചുപൂട്ടിയ ജനൽചില്ലുകൾക്കു വെളിയിൽ പ്രഭാതമോ മദ്ധ്യാഹ്നമോ സന്ധ്യയോ എന്നു വേർതിരിച്ചറിയാത്ത മങ്ങിയ വെളിച്ചം ഒഴുകിപ്പരന്നു.

ഡ്രിപ്പു തീർന്നപ്പോൾ പൊലീസുകാരി പിരാനിയുടെ കൈകളെ സ്വതന്ത്രമാക്കി. ഇപ്പോഴും തന്റെ ക്ഷീണം മാറിയിട്ടില്ലെന്ന് പിരാനി പിങ്കി അറിഞ്ഞു. “വെള്ളം” അടഞ്ഞ ചുണ്ടുകൾക്കിടയിൽ നിന്ന് ജലധാര പോലെ രണ്ടക്ഷരങ്ങൾ ഊർന്നുവീണതും, നഴ്സ് എഴുന്നേറ്റു പോയതും ഒപ്പമായിരുന്നു. പൊലീസുകാരി ഇലകൊഴിഞ്ഞ മരം കണക്കെ മുകളിലേക്കു കൈയുയർത്തി എന്തോ മന്ത്രിച്ചു. അല്പം കഴിഞ്ഞ് തലയിൽ വെള്ളത്തൊപ്പി ധരിച്ച കറുകറുത്ത ഒരു സുന്ദരി നഴ്സ് അവളെ മൃദുവായി സ്പർശിച്ചുണർത്തി. ഭക്ഷണത്തിനുശേഷം ഉപയോഗിക്കാനുള്ളതാണെന്നും പറഞ്ഞ് രണ്ടു ഭംഗിയുള്ള ഗുളികകൾ സമ്മാനിച്ചു. തണുത്തുറഞ്ഞുപോയ ഒരു പ്രാചീന നീന്തൽക്കുളത്തിന്റെ ഫോസിലുപോലെ സ്ഫടികരാശിയുള്ള ഒരുക്യാപ്സ്യൂൾ.

“കഴിക്കാതിരിക്കരുത്” നഴ്സ് പറഞ്ഞു. “ഇല്ലെങ്കിൽ ഡീഹൈഡ്രേഷനുണ്ടായേക്കും. ഈ ശരീരത്തെ നമുക്ക് ഒരു ശുദ്ധ ജലസംഭരണിയാക്കി മാറ്റേണ്ടതുണ്ട്.” അവർ അവളെ ഒന്നുതട്ടി പിൻതിരിഞ്ഞ് താളാത്മകമായി നടന്നു പോയി. ഉറക്കം തെളിഞ്ഞപ്പോൾ വനത്തിലെ വാട്ടർ

തീം പാർക്ക് ഉടമ മാർത്താണ്ഡം, പിരാനിയുടെ കിടക്കയ്ക്കരികിൽ നില്പുണ്ടായിരുന്നു. "എങ്ങനെയുണ്ടിപ്പോൾ," പിരാനിയുടെ അടുത്തേക്ക് നീങ്ങിനിന്നിട്ട്, എന്നാൽ തൊട്ടടുത്ത കിടക്കയിലെ സുന്ദരിയിൽ നോട്ടമുറിപ്പിച്ചു കൊണ്ട് മാർത്താണ്ഡം ചോദിച്ചു.

"വല്ലാത്ത ക്ഷീണം." അയാൾ എന്തോ ആലോചിച്ചുകൊണ്ട് തല കുലുക്കി. ആ സമയം അയാളുടെ മൊബൈലിൽ ഒരു ഭക്തിഗാനം മുഴങ്ങി. അല്പം മാറിനിന്ന് സംസാരിക്കുന്ന അയാളെ അവൾ സാകൂതം നോക്കി. ഓളങ്ങളുള്ള ഒരു നദിയുടെ രൗദ്രഭാവം അയാളിൽ ഹാഫ് കൈ ഷർട്ടിനു വെളിയിൽ കാണുന്ന കനത്ത മസിലുകൾ. പുഴയ്ക്കടിയിലെ വെള്ളാരം കല്ലുകളെ ഓർമ്മിപ്പിക്കുന്നു. ഉഷ്ണം തോന്നിയിട്ടെന്നവണ്ണം അയാൾ ഷർട്ടിന്റെ മേൽബട്ടണുകൾ തുറന്നിട്ടപ്പോൾ പിരാനി ആകെ കുളിർന്ന് വിറയ്ക്കുകയായിരുന്നു. ആവർത്തിക്കപ്പെടുന്ന ദുഃസ്വപ്നം പോലെ അടുത്ത ബെഡ്ഡിലെ പെൺകുട്ടി അവളുടെ മെലിഞ്ഞ കൈകൾ ഉയർത്തി അയാളെ മാടിവിളിച്ചു. ഒരു മത്സ്യകന്യകയെ പോലെയായിരുന്നു അവളുടെ ചലനങ്ങളെന്ന് പിരാനി അല്പം ഭയത്തോടെ കണ്ടെത്തി.

മാർത്താണ്ഡത്തിനു നിഴലായി നിന്ന പൊലീസുകാരി. അവർക്കു നിർദ്ദേശങ്ങൾ നല്കിയിട്ട് അയാൾ തിരിഞ്ഞുനടന്നു. എല്ലാ നോട്ടങ്ങളും തന്നിലേക്കാവാഹിച്ചുകൊണ്ടുള്ള മടക്കം അയാൾ ആസ്വദിക്കുന്നുണ്ടായിരുന്നു. അല്പം കഴിഞ്ഞപ്പോൾ അമർത്തിയ സ്വരങ്ങൾ ഉയർന്നുവരുകയുണ്ടായി. മരിച്ച ആൾ മാർത്താണ്ഡത്തിന്റെ വലംകൈ ആണത്രേ. കേരളം മുഴുവൻ വിലയ്ക്കുവാങ്ങാനുള്ള പണം കൈവശമുള്ള അയാൾക്ക് മുപ്പത്തിയഞ്ചിലധികം പ്രായമില്ലെന്നു കൂടി പ്രസരിപ്പുള്ള നഴ്സ് വിസ്തരിച്ചു. കിടക്കയിലെ മത്സ്യകന്യക ആ സമയം ഒരു ഹിന്ദി പ്രണയഗാനം മൂളുകയായിരുന്നു.

കുറേസമയം കൂടി കടന്നുപോയി. എല്ലാ ശബ്ദങ്ങളും നിലച്ച് വാർഡ് മൂകമായി. പിരാനി പിങ്കി ബദ്ധപ്പെട്ട് എഴുന്നേറ്റ് വരാന്തയിലേക്ക് നടന്നു. ആശുപത്രിയുടെ പ്രധാന കവാടത്തോടു ചേർന്ന ചെറിയ കെട്ടിടം, കാന്റീൻ പോലുള്ള ഒന്ന് അവിടെ കണ്ടു. വലിയ ഫ്ളാസ്കും നീളൻ സ്റ്റീൽ പാത്രങ്ങളും പിടിച്ച് ഏതാനും സ്ത്രീകൾ ഉച്ചത്തിൽ സംസാരിച്ച് ഇറങ്ങിവരുന്ന കാഴ്ച പെട്ടെന്നുണ്ടായ പൊടിക്കാറ്റിൽ അലിഞ്ഞില്ലാതായി. രണ്ടു മിനിറ്റുകൊണ്ട് ആ ചുവന്നകാറ്റ് സർവ്വമനുഷ്യരുടെയും ഉന്മേഷവും ചൈതന്യവും കെടുത്തിക്കളഞ്ഞു.

ഓർമ്മയിൽ നിലനില്ക്കുന്ന ഏതെങ്കിലും സ്വപ്നാവശിഷ്ടങ്ങൾക്കായി പിരാനി മനസ്സിൽ തിരഞ്ഞുനോക്കി. എന്നിട്ട് എല്ലാ അവകാശങ്ങളിൽനിന്നും പുറന്തള്ളപ്പെട്ടവളുടെ അരക്ഷിതത്വത്തോടെ പുറത്തേക്കു നോക്കി. വഴിയോരത്ത് പണ്ടെന്നോ ജീവിച്ച ഒരു മരത്തിന്റെ മൃതദേഹം. അതിന്റെ അടുത്തേക്ക് അവൾ സാവധാനം നടക്കാനാഞ്ഞു.

"നിങ്ങളുടെ മനോനിലയും ആരോഗ്യനിലയും ഇവിടുത്തെ മൂന്നാം നിലയും ആകെ തകരാറിലാണ്. ഇങ്ങനെ നടക്കാതെ റൂമിൽ വന്നു

കിടക്കൂ." വളരെ സൗമ്യമായാണ് നഴ്സ് അത്രയും പറഞ്ഞത്.

"അനാവശ്യചിന്തകളാണ് ഇവരെപ്പോലുള്ളവരുടെ പ്രശ്നം." അറ്റന്റർ പൂരിപ്പിച്ചു. തന്റെ വഴിമാറിയുള്ള യാത്രകൾ സത്യത്തെ കൂടുതൽ പ്രകാശിപ്പിക്കുന്നതായി പിരാനിക്കു തോന്നി. മാവോവാദികളെക്കുറിച്ചുള്ള നോട്ടീസ് അറ്റന്റർ അവിടെ വിതരണം ചെയ്തിരുന്നു.

ചിലരൊക്കെ നോട്ടീസ് സവിസ്തരം വായിച്ചു. മത്സ്യകന്യക അതു ചുരുട്ടിക്കൂട്ടിയെറിഞ്ഞു. "കൊല്ലുന്നതും മരിക്കുന്നതും പലായനം ചെയ്യുന്നതുമൊക്കെ ആദിവാസികൾ, ആ വരികൾ അല്പം കനത്തിലാണ് എഴുതിയിരിക്കുന്നത്."

പിരാനിയുടെ ഉള്ളിലെ കനത്ത പുറന്തോടിൽ തല പൂഴ്ത്തിവെച്ച ആമക്കുട്ടി മെല്ലെയൊന്നിളകി. ജലപ്പരപ്പിനു തൊട്ടുതാഴെ മയങ്ങി നിന്നിരുന്ന ചെറുമത്സ്യങ്ങൾ നാലുപാടും ഓടിമറഞ്ഞു. വെള്ളത്തിനു മുകളിലൂടെ ഒരു കറുത്ത വേരുപോലെ മാർത്താണ്ഡം നീർക്കോലി പുളഞ്ഞു പാഞ്ഞു. മുറിവു പറ്റിയിട്ടും നീർക്കോലി പാഞ്ഞുപോകുന്നത് അവൾ കണ്ണുമിഴിച്ചുനോക്കി. ഒന്നുമാത്രം ആശ്വാസമുണ്ടാക്കി, ഇനി ഡിസ്ചാർജ് ചെയ്യുന്നതു വരെ ആരേയും പേടിക്കാതെ കിടന്നുറങ്ങാം.

പിറ്റേന്ന് ഉച്ചയോടെ മോർച്ചറിയിലെത്തിയ പിരാനി പിങ്കിയുടെ ശരീരത്തിൽ രണ്ടവയവം മുറിച്ചു മാറ്റിയ നിലയിലായിരുന്നു. മാർത്താണ്ഡത്തിന്റെ സ്വകാര്യശേഖരത്തിലെ സ്ഫടികകുപ്പിയിൽ ചത്ത വർണ്ണ മത്സ്യം പോലെ കൂമ്പിക്കിടക്കുകയായിരുന്നു അവ. ജഡം ഏറ്റുവാങ്ങാനെത്തിയ ആശുപത്രിയധികൃതർക്ക് ദുഃഖത്തെക്കാളേറെ അമ്പരപ്പായിരുന്നു. ഇത് എപ്പോൾ ഇറങ്ങിപ്പോയി? എന്തിനിറങ്ങിപ്പോയി? അതും പരസഹായമില്ലാതെ ഇത്ര ദൂരത്തേക്ക്?

ഓട്ടോണമസ് പ്രണയം

അധര ദംശനമേറ്റ ആഘാതത്തിൽ തന്റെ ഒരേ ഒരു ജീവിതത്തിന്റെ പൂർണ്ണവൃത്തം ഗുരുലഘുവായി ശ്ലോകത്തിൽ കഴിക്കുന്ന ഒരു പച്ചമരുന്ന് വൈദ്യന്റെ വീട്ടിലായിരുന്നു ഞാൻ.

എന്നേക്കാളും പതിനഞ്ച് വയസ്സിന് ഇളയ ഒരു യുവാവ് തന്റെ പരുക്കൻ രോമങ്ങളാൽ കവിളിൽ ചുംബിച്ചപ്പോൾ വസൂരി വന്നവളെപ്പോലെ ഞാൻ ഒരു കുമിളയിലേക്ക് ജീവിതത്തെ ഉയർത്തി.

നോവലിന്റെ ഒരു ഖണ്ഡികയിൽ സംശയം തോന്നിയപ്പോൾ ഞാൻ അയാളെ വിളിച്ചു.

വിവർത്തനത്തിന്റെ വിജയം നിങ്ങളുടെ മാതൃഭാഷയിലുള്ള അറിവിനെയും ആശ്രയിച്ചാണിരിക്കുന്നതെന്നും പറഞ്ഞ് സംശയങ്ങൾക്ക് വ്യക്തമായ മറുപടി തരാൻ വേണ്ടി അയാൾ സംഭാഷണം അവസാനിപ്പിക്കുകയും ചെയ്തു.

സ്ക്രിപ്റ്റ് പാഡിൽ ആദ്യം ചിലത് കുറിച്ചത് അയാളാണ്. ആ വാചകങ്ങൾ എന്റെ സ്ത്രൈണ സ്മരണകളിലെവിടെയോ കാശിത്തുമ്പയുടെ കാശില്ലാ വിത്തുകളായി പൊട്ടിത്തെറിച്ചു.

അയാളെ തല്ക്കാലത്തേക്ക്

അബ്ദിജൻ എന്നുവിളിക്കാം

എന്നെ അവസര എന്നും.

അബ്ദിജൻ മടിയിൽ കൈകൾ വച്ച് നിർമ്മമനായി ഇരിക്കുകയാണ്. ചുറ്റിനും നീലയും കറുപ്പുമായ 2 പേനകൾ.

രണ്ട് വലിയ മഷിപ്പേന.

പതിനേഴ് ലാറ്റിനമേരിക്കൻ കവിതകൾ ഏതാണ്ട് അർദ്ധവൃത്താകൃതിയിൽ നിലയുറപ്പിച്ചിട്ടുണ്ട്.

അബ്ദിജന്റെ പ്രതിബിംബം ദർപ്പണത്തിൽ നല്ല തിളക്കത്തോടെയും കാണാം.

പിറകിൽ ഇളം റോസ് നിറമുള്ള കർട്ടൻ. അബ്ദിജന്റെ വേഷവിധാനമാകട്ടെ നീലയിൽ വെള്ളവരകളുള്ള ഫുൾക്കൈ ഷർട്ടും ജീൻസും.

ചുരുണ്ട മുടി ജെൽ പുരട്ടി പിന്നിലേക്ക് ഒതുക്കി ചീകിയിറക്കിയിരിക്കുന്നു.

കരിമുകിലൊത്ത ചികുരഭാരവും എന്ന് എവിടെയാണ് പഠിച്ചത്?

വെട്ടിയൊതുക്കിയ താടിരോമങ്ങൾ. ഒ വി വിജയന്റെ പരിവ്രാജകരൂപഭാവങ്ങളിലെ നൈജാമലിയെപ്പോലെ ശാന്തം ഗംഭീരം.

ജീവിതത്തിൽ ആവർത്തനങ്ങൾ ഉണ്ടാകുമെന്നും ഒരു പിരിയൻ കോവണി പോലെ അതിന്റെ ദൗത്യത്തിൽ മാറ്റങ്ങളുണ്ടാവുമെന്നും ഓർമ്മിപ്പിച്ചുകൊണ്ട് അയാൾ എന്റെ താടിപിടിച്ച് ഉയർത്തുകയും ഒരു ദീർഘചുംബനം സമ്മാനിക്കുകയും ചെയ്തു.

ഞങ്ങൾ രണ്ടാളും ഞെട്ടിപ്പോയി എന്നതാണ് വാസ്തവം.

ഞാൻ ഇത്തിരിക്കൂടി മുന്നോട്ടുനിന്നു. അബ്ദിയുടെ ഷർട്ടിന്റെ പോക്കറ്റിൽ കുത്തിയ പേനയുടെ അഗ്രഭാഗം ഒരു ചോദ്യമുയർത്തുന്നുണ്ടായിരുന്നു.

കോളേജ് ലൈബ്രറിയുടെ ഇടനാഴിയിൽവച്ചു കിട്ടിയ ഒരു ഇടിവെട്ടനുഭവം കാൽനൂറ്റാണ്ടിനുശേഷം പുനർജ്ജനിച്ചുവെന്നോ?

എന്റെ ചില രചനകളിൽ ചുംബന താംബൂലം മാത്രമേ ഉള്ളൂവെന്ന ഒരു പരാതിയും ഒരു കഥാസുഹൃത്ത് ഉയർത്തിയിരുന്നു.

ചുംബന സമരത്തിന്റെ പൊരുൾ എനിക്ക് വ്യക്തമായത് അന്നാണ്.

അന്ന് കോളേജിലും
ഇന്ന് സ്കൂളിലും
പുറം ജീവിതത്തിലും
എന്നെ അനുകൂലിക്കാനും
പ്രതികൂലിക്കാനും
ഏറെപ്പേരുണ്ടായി.

എന്റെ പ്രവൃത്തികളെപ്പറ്റി വിവിധതലത്തിൽ വീട്ടിലും നാട്ടിലും ചർച്ചകൾ നടക്കുന്നത് ഞാനറിഞ്ഞു. അതിനിടയിലാണ് പെൺകുഞ്ഞുങ്ങളുടെ ചേലാകർമ്മത്തെക്കുറിച്ചുള്ള വാർത്തകൾ പുറത്തുവരുന്നത്.

അയാൻ ഹിർസി അലി (നെതർലന്റിലെ ആഫ്രിക്കൻ എഴുത്തുകാരി)യുടെ ചില പ്രസ്താവനകൾ ചേർത്ത ഒരു പ്രതികരണത്തിന് ഒരു ഗ്രൂപ്പിൽനിന്ന് വലിയ പിന്തുണ കിട്ടി.

ആ സംഭവത്തോടുള്ള താങ്കളുടെ പ്രതികരണമെന്തായിരുന്നു എന്നൊരു ചോദ്യം അവസരയുടെ നാവിൽ വന്നുമുട്ടി.

കൃത്യമായും ഗ്രഹിച്ച മട്ടിൽ അബ്ദി ആദ്യം ചെയ്തതും അതുതന്നെ.

ക്ലീറ്റോറസ് തെരഞ്ഞു പോവുകയായിരുന്നു അയാൾ.

"കൃതികാ പരിച്ഛേദം

ആദ്യം കൃതിയിൽ
പിന്നെ ആകൃതിയിൽ

അയാൾ പതുക്കെ അവസരയുടെ കാതിൽ മന്ത്രിക്കുന്നതിനനുസരിച്ച് അവൾ കാലുകൾക്കിടയിലെ വൃത്തം വലുതാക്കിക്കൊണ്ടിരുന്നു.

കവിതയോടു പിണങ്ങി കൂട്ടുകൂടാതെ, കവി ശരീരത്താളുകളിൽ സർപ്പക്കുഞ്ഞുങ്ങളെപ്പോലെ ഇഴഞ്ഞിറങ്ങി.

അവയുടെ കടിയേറ്റ് അവസരയുടെ മനസ്സിലെ ഭാരം ആദ്യം സാന്ദ്രീകരിച്ചും പിന്നെ ബാഷ്പീകരിച്ചും കൈയൊഴിഞ്ഞ് സമാധാനമായി ഒഴിഞ്ഞുപോകുന്നത് കിതപ്പോടെ അബ്ബി കണ്ടറിഞ്ഞു.

അവസര കൂടുതൽ ഭാരമില്ലാത്തവളായി കുറ്റബോധമില്ലാതെ അലഞ്ഞുനടന്നു.

തെരഞ്ഞെടുത്ത വഴി എന്റെ മനസ്സിന്റെ ഭാരമൊഴിവാക്കാനുള്ളതാണെന്ന് ഞാൻ തിരിച്ചറിഞ്ഞപോലെ.

തലച്ചോറു ചോദിക്കുമ്പോൾ മറുപടി ഹൃദയം പറഞ്ഞുകൊള്ളുമെന്ന ധാരണയിൽ ഞങ്ങൾ പിരിഞ്ഞു.

എന്റെ ശരികളെയാണ് പിന്നീട് ആവിഷ്കരിച്ചതൊക്കെയും. അവസരയോടുള്ള അബ്ബിജന്റെ പ്രതികരണമെന്തായിരുന്നുവെന്ന് മറ്റൊരു ചോദ്യം എന്റെ നാവിൽ വിങ്ങിനിന്നു എന്നത് നേരാണ്.

അബ്ബിജനെ അഭിമുഖീകരിക്കാൻ സ്വാഭാവികമായും എനിക്ക് വലിയ മടിയായിരുന്നു.

ഞാൻ അവസരയായിരുന്നപ്പോഴും അല്ലാത്തപ്പോഴും എന്നിൽ മതിപ്പുയർത്തുന്ന വിധത്തിലൊന്നും അവൾ ഉണർന്നിരുന്നില്ല.

ആദ്യമൊക്കെ ഞാൻ മനഃപൂർവ്വം മാറിനടന്നു. തന്റെ വലംകൈയിൽ എന്നെ കമിഴ്ത്തി കിടത്തി ഇടംകൈകൊണ്ട് അബ്ബി കാണിക്കുന്ന മാജിക് വിസ്മയങ്ങൾ പിന്നെപ്പിന്നെ ആവർത്തിച്ചതുമില്ല.

ഒരു വ്യക്തിയുടെ ജീവിതത്തിലെ വെളിപ്പെടുത്താൻ ആഗ്രഹിക്കാത്ത അനേകം രഹസ്യങ്ങളിലൊന്നായ ചില രഹസ്യങ്ങൾ ഇങ്ങനെ പരസ്യപ്പെടുത്തുന്നതിൽ സ്വകാര്യത മൗലികാവകാശമാണെന്ന വിധിവന്ന പശ്ചാത്തലത്തിൽ എനിക്ക് കുറ്റബോധമുണ്ട്.

പക്ഷേ, അബ്ബിജൻ എന്നെത്തേടി നഗരത്തിലെ എന്റെ ഹോസ്റ്റലിൽ വരുകയായിരുന്നു, ആദ്യം എഡിറ്ററായും പിന്നെ ഒരു കട്ട്, കോപ്പി, പേസ്റ്റ് വിദഗ്ദ്ധനായും. മുറിച്ചുമാറ്റുന്നവ കൃത്യമായി ബഡ് ചെയ്യാൻ അറിയുന്ന ഒരുപ്രൂണിങ് വിദഗ്ദ്ധൻ കൂടിയായിരുന്നു അബ്ബി.

“തോന്ന്യാസ ജീവിതം ജീവിതത്തിലെ യാഥാർത്ഥ്യങ്ങൾ സമർത്ഥമായി ഒളിപ്പിക്കാൻ കഴിയാത്തവർക്കു വേണ്ടിയുണ്ടാക്കിയ വിഭവമാണ്.”

അവസര പറഞ്ഞു നിർത്തുമ്പോൾ അബ്ബിജനും ചെറിയൊരിടവേള എടുത്തു.

മൃദുവായി ശ്വസിക്കാനും താളാത്മകമായി ചുംബിക്കാനും ഞങ്ങൾ ആ സമയം പ്രയോജനപ്പെടുത്തി.

എന്റെ ഹൃദയം തപിക്കുകയും ശബ്ദമുണ്ടാക്കുകയും ചെയ്യുന്നുണ്ടായിരുന്നു.

സ്ക്രിപ്റ്റ് പാഡിൽ ഞാൻ അബ്ദിജന്റെ ജീവിതത്തെയും പ്രവൃത്തികളെയും രണ്ടോ മൂന്നോ കുറിപ്പുകളിൽ തളച്ചിട്ടു.

അരക്ഷിതമായ കുട്ടിക്കാലം, അനാഥമായ ബാല്യം, കനത്ത ദുരനുഭവങ്ങൾ, എല്ലാംകൂടി മടക്കിയൊടിച്ച് ചവിട്ടിക്കൂട്ടിയിട്ടും ഒരു കുട്ടി വളർന്നു തുടങ്ങുന്നതും കതിരിടുന്നതും വലിയ വിസ്മയം.

അവസര അബ്ദിയെ തൊണ്ണൂറ് ഡിഗ്രി കോണിൽനിന്ന് വീക്ഷിച്ചു.

ജെ സി ബി അപ് ആന്റ് ഡൗൺ ചെയ്തുകൊണ്ടിരിക്കുന്ന ഓപ്പറേറ്ററെപ്പോലെ വീണ്ടും അയാൾ അവളെ സ്വന്തം കൈത്തലത്തിൽനിന്ന് ഉയർത്തുകയും താഴ്ത്തുകയും ചെയ്തു.

ഇനിയും അങ്ങനെ എന്ന ഭാവത്തിൽ ഞാൻ അബ്ദിയിൽനിന്നും കൂടുതൽ പ്രതീക്ഷിച്ചുകൊണ്ടു നില്ക്കുമ്പോൾ ഫ്ളോർ മാനേജർ വന്ന് വാതിലിൽ മുട്ടി.

“മാഡം, പുറത്ത് പൊലീസ് കാത്തുനില്പുണ്ട്.”

“ഇവന്മാരെക്കൊണ്ടുതോറ്റു. പോയി തുലയട്ടെ”യെന്ന് പല്ലുകടിച്ചു പിടിച്ചുകൊണ്ട് ശബ്ദം താഴ്ത്തി ഞാൻ മറുപടിയും പറഞ്ഞു.

മൃഗീയ വാസനകളുടെ വീഡിയോ ടേപ്പ് കൈമാറാനുള്ള ഫോറൻസിക് സർജന്റെ വിശേഷപ്പെട്ട വരവായിരുന്നു അത്.

നടിയാക്രമിക്കപ്പെട്ട സംഭവത്തിന്റെ പശ്ചാത്തലത്തിൽ ചെയ്തികളുടെ തൊണ്ടിമുതലുകൾ തിരഞ്ഞുപോയവരുടെ കൂട്ടത്തിൽ ഇദ്ദേഹം ഉണ്ടായിരുന്നു.

ഒമ്പതുമാസം മുമ്പ് ഞാൻ അറസ്റ്റിലായിരുന്നു. ക്വാറി സമരത്തിലെ നേതാക്കളെ അറസ്റ്റു ചെയ്തവരുടെ കൂട്ടത്തിൽ ഇൽമനൈറ്റ് ശേഖരിക്കാൻപോയ എന്നെയും അകത്താക്കുകയായിരുന്നു.

മൂന്നു രാത്രികൾ.

മൂന്ന് പൊലീസു മേധാവികൾ.

യാചകരെയും വേശ്യകളെയും രോഗികളെയും വേറെ വേറെ തിരിച്ച് തരം അനുസരിച്ച് ഉപയോഗപ്പെടുത്തുന്ന ഒരു ലോബി ആ ജയിലിലും ഉണ്ടായിരുന്നു.

പ്രതിതന്നെ കോഴകൊടുത്ത് ഞങ്ങളെയെല്ലാം ജയിലിൽനിന്ന് ഇറക്കുകയായിരുന്നു.

നാടകീയമായ അർദ്ധവിരാമങ്ങൾ ഇടുന്നതിൽ അബ്ദിജൻ വളരെ മിടുക്കനാണെന്ന് എനിക്ക് തോന്നി.

സർഗ്ഗാത്മക കൃത്യങ്ങൾ എങ്ങുമെങ്ങും എത്താതെ അപ്രത്യക്ഷമായ പ്രതീതി.

ഒരു ചെറുപ്പക്കാരൻ നിങ്ങളുടെ കവിളിൽ ചുംബിക്കുമ്പോൾ നിങ്ങൾ, നിങ്ങളുണ്ടാക്കിയെടുത്ത കിടങ്ങുകൾ ഭേദിച്ച് പുറത്തുവരുകയാണ്.

ഞാൻ അബ്ദിജനെ അവതാരപുരുഷനെപ്പോലെ വിലയിരുത്താൻ ശ്രമം തുടങ്ങി.

നെറുകയിൽ കുങ്കുമമോ, താലിയോ ചാർത്താതെ അസാന്മാർഗ്ഗിക ജീവിതത്തിനു പ്രേരിപ്പിക്കുന്ന ഒരു ദേവദാസി മന്ദിരംപോലെ ആ വീട് തിളങ്ങി.

ഭ്രാന്തുപിടിച്ച നിഷ്കളങ്കയെപ്പോലെ ആ ഗ്രന്ഥാലയത്തിനു ചുവടെ ഏടുകൾപോയ ഒരു പുസ്തകം വാരിപ്പിടിച്ച് അവസര സൂചിയും നൂലും തിരഞ്ഞു തുടങ്ങി.

അന്നുരാത്രി തുടർച്ചയായി മഴ പെയ്തുകൊണ്ടിരുന്നത് അതേ കിടപ്പിൽ കിടന്നുകൊണ്ട് അബ്ദിജൻ അറിഞ്ഞു.

അത്യാഗ്രഹിക്കും സന്മാർഗ്ഗിക്കും ഒരുപോലെ വെളിപാടുണ്ടായ കുളിരുതോന്നിക്കുന്ന മഴയിലേക്കിറങ്ങി പുലർച്ചയ്ക്കേ അയാൾ നടന്നു പോയി.

കെട്ടിക്കിടക്കുന്ന വെള്ളത്തിലേക്ക് പച്ചമരുന്നു വൈദ്യൻ തന്ന കഷായക്കൂട്ടുകളും കടുക്കയും, അവസരയും വലിച്ചെറിഞ്ഞു.

പിന്നെ ആ സുവർണ്ണ കാലത്തെക്കുറിച്ചെഴുതാൻ പേനയെടുത്തു.

തൂലികയും അതുതന്നെ ചെയ്യട്ടെ എന്ന് അതിയായി ആഗ്രഹിച്ചു പ്രതിശീർഷ വികാരങ്ങളുടെ കുത്തൊഴുക്കിൽ ഒലിച്ചുപോയ ഒരു തുള്ളിയായി അബ്ദിജൻ ഓട്ടോണമസ് പ്രണയത്തിന്റെ സാമ്പത്തിക ശാസ്ത്രം വളരെ രസകരമാണ്. കണക്കില്ലാത്ത തുള്ളികൾ വെറും ധാരണകളുടെ സാധാരണ മഴ മാത്രം!

സ്വാംപ് ലില്ലി

ഇരട്ടക്കുട്ടികളായിരുന്നു.

ഒരു ശിശു മരിച്ചു.

കരിമ്പനക്കാറ്റുകൾ ഒരിരുണ്ട സന്ധ്യയിൽ പരാക്രമങ്ങളോടെ ഉലഞ്ഞുലഞ്ഞാടവേ, ആമ്പൽ എന്നുപേരു വിളിക്കാൻ തീരുമാനിച്ചിരുന്ന പെൺകുട്ടി മരിച്ചു.

മലയിൽ ദുഃഖത്തിന്റെ വിളർപ്പു ബാധിച്ച പാഴിലകൾ ഒന്നൊന്നായി കൊഴിഞ്ഞു വീണ് കാറ്റിൽ പറന്നു.

പാടത്തെ കൊറ്റികൾ വലം കാലിൽനിന്ന് ഇടംകാലിലേക്ക് മാറ്റിച്ച വിട്ടി. കൂടെ ജനിച്ച രാമന്റെ കുഞ്ഞു തൊലി നിറയെ പാളിയടർന്ന വ്രണങ്ങൾ.

ഉറക്കെയുറക്കെ കരഞ്ഞുകൊണ്ടിരുന്ന അവൻ, ജില്ലാശുപത്രിയെ വെല്ലുവിളിച്ച് ഡോക്ടറെ തന്റെ അരികിലേക്ക് നടത്തിച്ചു.

വെള്ളപ്പിറാവുകൾക്ക് ഒപ്പം ചാടിയ കുഞ്ഞു വെള്ളരിപ്രാവു പോൽ വെള്ളത്തുണിയിൽ കിടന്ന് അവൻ കുറുകി.

ആമ്പൽ വേർപെട്ട സങ്കടമുണ്ടായിരുന്നു. ഇൻകുബേറ്ററിലെ ചൂടിൽ മയങ്ങാൻ കൂട്ടാക്കാതെ അലറുമ്പോഴും!

കരച്ചിലിൽ പീഢകൾ സഹിച്ച മാതൃത്വം ഇരമ്പി.

“എന്റെ മോൻ..... ന്റെ മോൻ...”

അതുകേട്ട് ഭർത്താവ് കൃഷ്ണൻ അവളെ ചവിട്ടാൻ കാലുയർത്തി.

നിരാലംബതയുടെ വ്യഥയിൽ അവളുടെ മനസ്സ് മുൾക്കാട്ടിൽ വീണ മുയലായി. പുറത്ത് രാത്രിയുടെ ഇരുളുകൾ അടർന്നുവീഴും മുൻപായി അയാൾക്ക് ആയിരം രൂപ ഒപ്പിക്കേണ്ടതുണ്ട്. ഗ്ലൂക്കോസ് വാങ്ങി വാങ്ങി കാശൊക്കെ തീർന്നു.

ആകാശത്തിന്റെ വരൾച്ചയിൽ മേഘങ്ങൾ അലഞ്ഞു നടക്കുന്നതു നോക്കി അവൾ വെറും തറയിൽ കിടന്നു. കട്ടിൽ കിട്ടുമെന്ന് നഴ്സ് പറഞ്ഞിട്ട് ഒന്നും കിട്ടിയില്ല.

ജനലഴികൾക്കിടയിലൂടെ കരിയിലകൾ മുറിയിൽ തെറിച്ചു കിടന്നു പിടച്ചു.

"ആശ്വസിക്കൂ... സരോജം.. ഇനി കരയുന്നതിലെന്തർത്ഥം?"

നഴ്സ് ലളിത അവളുടെ പുറത്തുഴിഞ്ഞ് കുട്ടിക്കുള്ള പാല് പിഴിഞ്ഞെടുത്തു.

അതുകേട്ടു തോളിലെ തോർത്തു മുണ്ട് ഒന്നുകൂടി കുടഞ്ഞ് താഴെ വിരിച്ച് മലർന്നുകിടന്ന് കൃഷ്ണൻ പറഞ്ഞു.

"കരഞ്ഞാൽ കുഞ്ഞ് തിരിച്ച് വരോ? ആ സെക്യൂരിറ്റിക്കാരൻ കണ്ടാൽ എന്നെ ഇവിടന്ന് ഇപ്പം പായിക്കും. ചിണുങ്ങാണ്ട് കിടന്നോ സരോജം."

പൊടുന്നനെ ഒതുക്കുവാനാകാതെ അവൾ ആർത്തു കരഞ്ഞു. ദുഃഖത്തിന്റെ മേച്ചിൽപ്പുറങ്ങളിലൂടെ അവളുടെ കരച്ചിലുകൾ കരിയിലകൾ പോലെ പാറിയലഞ്ഞു.

"ഞാനും ന്റെ മോളോടൊത്ത് മരിക്കും. എന്റെ മോളോടൊത്ത് ഞാനും..."

അവൾ കിതച്ചു. നോക്കുമ്പോൾ അയാൾ അടുത്തില്ല. ജനൽ പാളികൾ മലങ്കാറ്റിൽ അടഞ്ഞു തുറന്നു. വിജാഗിരികൾക്കിടയിൽ അമർന്ന പല്ലിപ്പെണ്ണ് മരണവെപ്രാളത്തോടെ നിലവിളിച്ച് വാലുമുറിച്ച് പ്രാണനും കൊണ്ട് ഓടി രക്ഷപ്പെട്ടത് അവൾക്ക് ഒന്നാം പാഠമായി.

നേരം പര പരാ വെളുക്കും മുൻപ് നാല് നൂലപ്പവും ചായയുമായി രാത്രി ദുഃസ്വപ്നം കണ്ട മുഖച്ഛായയിൽ ദുരന്ത സ്വരം പോലെ കൃഷ്ണൻ സരോജത്തെ അമർത്തി വിളിച്ചു.

"കുടിക്കെടീ പെണ്ണേ"

മുറിയിൽ വെള്ളഭിത്തിയിൽ ഭർത്താവില്ലാതെ എട്ടാമതും പ്രസവിച്ച ലീലയെ മറികടന്നയാൾ മാറാല തട്ടിമാറ്റി ഒരു നീലച്ചിരി സരോജം കാണാതെ സമ്മാനിച്ച് കിഴക്കോട്ട് നോക്കിനിന്നു.

കൈപ്പടം അവളുടെ കവിളുകളിൽ അമർത്തി. മുഖം തനിക്കു നേരെ തിരിച്ച്, നിശ്വാസങ്ങളുടെ ചൂടേല്പിച്ച് കുഞ്ഞുരാമൻ സുഖായിരിക്കുന്നു എന്നു പറയണമെന്നുണ്ടായിരുന്നു അയാൾക്ക്. ആ വാർഡിൽ സകല ജീവജാലങ്ങളും കൂടി ഇരുന്നൂറിലധികം പേരുണ്ടായിരുന്നല്ലോ...

അവളാമുഖം വായിച്ചുകൊണ്ട് ഒരു നൂലപ്പത്തിലെ വലകൾ ചെറുപയറുകറിയിൽ മുക്കികഴിച്ചു.

മുഖത്ത് വിടർന്ന ആശ്ചര്യത്തിന്റെ തുടിപ്പിൽ അവൾ പതുക്കെ ആർദ്രതയോടെ ചോദിച്ചു.

"ഞാൻ.... എനിക്ക് മോനെ ഒന്നു കാണാൻ പറ്റുമോ? ഞാനാ പെൺഡോക്ടറിനോട് ഒന്നു ചോദിച്ചോട്ടെ? തീർച്ച. കാണിക്കും!"

പകൽ വിടരുന്ന ശ്മശാന പുഷ്പങ്ങളുടെ ഗന്ധം കരിമ്പനക്കാറ്റ് കൊണ്ടു വന്നിരുന്നു. അവളുടെ മുഖത്ത് ചിരിയുടെ തൂവലുകളില്ലായിരുന്നു.

എറുമ്പുകൾ കട്ടിൽക്കാലിലൂടെ അരിച്ചു കയറി ആമ്പലിന്റെ പിളർന്ന വായ്ത്തടത്തിൽ അടയിരിക്കുന്നതു നോക്കി, മരണപഥങ്ങളിൽ മറുപിള്ള മുടി വിളർത്തു മെലിഞ്ഞ വിരലുകൾ നീട്ടി അനായാസമായി ആമ്പൽ ഇറുത്തെടുത്തതാരാണ്?

ഇവൻ, രാമൻ അവൻ തന്നെയാണോ ആമ്പലിനെ എന്നിൽനിന്നും അകറ്റിയത്...

ആ സുന്ദരിപ്പൂവിനെ.

അവന്റെ വിണ്ടുപൊളിഞ്ഞ തൊലി കണ്ടിട്ട് ഒരു പാമ്പിൻ കുഞ്ഞുപോലുണ്ട്.

അവളിൽ ക്രൂരാസക്തിയുടെ വിഷാദം! തലമുടി വലിച്ചുപറിച്ച് കാൽവണ്ണകൾ തറയിൽ തേച്ച് നെഞ്ചത്തടിച്ച് കാരുണ്യരഹിതയായ് അവൾ സ്വയം പീഡ ആവർത്തിക്കുന്നതിനിടയിൽ അവളുടെ മുഖത്ത് ഭയത്തിന്റെ പൊടിപ്പുണ്ടായി.

മലകളിൽ കാറ്റ് ഭ്രാന്തമായടിച്ചുകൊണ്ടിരുന്നു. ദിക്കുകൾ വഴി തെറ്റാതിരിക്കാൻ മേഘങ്ങളെ ആട്ടിപ്പായ്ച്ചുകൊണ്ടിരുന്നു. മലയുടെ ശിഖരങ്ങളിൽനിന്ന് പാറക്കല്ലുകൾ വഴുതിയിറങ്ങിയതുപോലെ രണ്ടു നഴ്സുമാർ വന്ന് ചോരയും പാലും കവർന്നുകൊണ്ടുപോയി.

അയാൾ ഉഷ്ണങ്ങളുടെ കയത്തിലായിരുന്നു ഒരാഴ്ചയായി മരം വെട്ടാൻ പോയിട്ടില്ല. അലിയാരോടു കടം വാങ്ങിയതിൽനിന്ന് ചില്ലിയും കൊടുത്തുതീർത്തിട്ടില്ല.

നശിപ്പിക്കപ്പെട്ട ഒരു ദേശത്തിന്റെ ഉയിർപ്പിന്റെ മുഖഭാവമുണ്ടായിരുന്നു വർഷങ്ങളുടെ ഇടവേളകൾക്ക്. വലിയൊരു മരം വീണുപോയ പോലെയായിരുന്നു കൃഷ്ണന്റെ വേർപാട്. കുഞ്ഞുരാമന്റെ മന്ദസ്മിതത്തിനു പുറകിലായിരുന്നല്ലോ അയാൾ നെറ്റിയിലെ വിയർപ്പു തുടച്ചിരുന്നത്. നെറ്റി ചുളിച്ചും വിടർത്തിയും ആഴമേറിയ ഒരു മരണക്കിണറിലേക്ക് അയാൾ വേഗം ഇറങ്ങിപ്പോയി. മുഖവും തലയും ഒരുപോൽ വെളുത്ത സരോജം ശരിക്കുമൊരാമ്പലായി. രാമൻ ഇന്ത്യൻ ടീമിലെ കളിക്കാരനായിരിക്കുന്നു.

അതൊക്കെ ഓർക്കുമ്പോൾ ഒരു തുള്ളി ഈർപ്പം അവളുടെ നരച്ച കണ്ണുകളിൽ തിളങ്ങി. ഒരുവന്റെ പാപത്തിന്റെ ഓഹരിയിൽ നാം പങ്കുചേരുമ്പോൾ ആ പാപം നമ്മെ ശിക്ഷിക്കും എന്നുപറഞ്ഞുകൊണ്ടാണ് പാസ്റ്റർ കയറി വന്നത്. ഇടവകയിൽ രാമന് ഗംഭീര സ്വീകരണം ഒരുക്കിയിട്ടുണ്ടത്രേ. ഒരു പള്ളീലച്ചനെ മുസ്ലീങ്ങളുടെ തീവ്രവാദിക്കൂട്ടര് തട്ടിയെടുത്തിട്ട് വിട്ടുകൊടുത്തിട്ടുണ്ട്. ആ അച്ചനും ഉണ്ട് രാമന്റെ കൂടെ സ്വീകരണം. അതോ അച്ചന്റെ കൂടെ രാമനോ സ്വീകരണം?

നന്മ ചെയ്യുന്നവനു നന്മകൊണ്ടും തിന്മ ചെയ്യുന്നവനു തിന്മകൊണ്ടും

പ്രതിഫലം ലഭിക്കുമെന്ന് വെളിപ്പെടുത്തി പാസ്റ്റർ അടുത്ത വീട്ടിലേക്ക് നടന്നു.

പുണ്യവാളനെപ്പോലെ പുഞ്ചിരിച്ചു കൊണ്ടാവും രാമൻ ഈ നാട്ടിൽ വണ്ടിയിറങ്ങുക.

ദേഹത്തെ തൊലി മുഴുവൻ വർഷാവർഷം ഇളകിപ്പോകുന്ന പാമ്പിൻകുട്ടിയാണ് ഇപ്പോൾ രൂപക്കൂട്ടിൽ മെഴുകുതിരി വെളിച്ചത്തിൽ മിന്നി നില്ക്കുന്നത്. അണ്ടർ 17 തീരും വരെ അവന്റെ അപദാനങ്ങൾ വാഴ്ത്തി പാടാൻ ധാരാളം പേരുണ്ടാകും. നമ്മൾ ദൈവത്തെ പറ്റിച്ച് ദൈവ നിഴലിന് പുറകിൽ ഒളിച്ചിരിക്കുന്നോ? എന്നു ചോദിച്ച് പാസ്റ്റർ ഇടവഴി കയറിയകന്നുപോയി.

ഒട്ടിയ കവിളും പാറിപ്പറന്ന മുടിയുമായി രാമൻ പത്രപ്രവർത്തക രുടെ ചോദ്യങ്ങൾക്ക് നല്ല ഇംഗ്ലീഷിൽ മറുപടി പറയുന്നത് സരോജം ടി വിയിൽ കണ്ട് മതിഭ്രമം കൊണ്ടു.

ഇതൊക്കെ കാണാൻ യോഗമില്ലാതെ പോയ ഒരാളെക്കുറിച്ചോർത്തു.

ഒരിലയുടെ തണൽ വാസ്തവത്തിൽ എത്ര ആശ്വാസകരമാണ്.

കാറ്റുകൾ വല്ലാതെ ഇപ്പോൾ പൊടിപറപ്പിച്ച് പാറുന്നില്ല. നനവ് എവി ടെയോ അദൃശ്യമായി ആരോ വരഞ്ഞിടും പോലെ??

അകലങ്ങളിലെ കരിമ്പനത്തലപ്പുകളിൽ കാറ്റിന്റെ അപഭ്രംശം കുഞ്ഞുരാമന്റെ മനസ്സിന്റെ തളിരുകളിലിപ്പോൾ... തീർച്ച.

ഒരു പൊട്ടിക്കരച്ചിൽ ഉയർന്നുയർന്നു വന്ന് വരണ്ടു കത്തുന്ന തൊണ്ട യിലമർന്നു.

ഘനീഭവിക്കുന്ന വാക്കുകളിൽ ഒരാമ്പൽപ്പൂവ് മെല്ലെ വിരിഞ്ഞു തുടങ്ങി.

വലിയ ഇഷ്ടത്തോടെയുള്ള ചെറിയ പ്രവൃത്തികൾ

മാസങ്ങൾക്കു ശേഷമാണ് അയാളുടേതായൊരു കാലിക പ്രസക്തിയുള്ള ലേഖനം ദിനപത്രത്തിൽ പ്രത്യക്ഷപ്പെടുന്നത്. അതിനാൽ മാത്രം ഹാഫിസ് റഫീഖ് ജീവിച്ചിരിപ്പുണ്ടെന്ന് ഗ്രീഷ്മ ഉറപ്പിച്ചു. പല പ്രാവശ്യം അയാളുടെ ഫോണിലേക്ക് വിളിച്ചു നോക്കിയെങ്കിലും 'താല്ക്കാലികമായി ഈ സേവനം നിർത്തിവെച്ചിരിക്കുന്നു' എന്ന മറുപടിയാണ് കിട്ടിയിരുന്നത്. എന്തായാലും രഹസ്യമായിത്തന്നെയാണ് അവൾ ആ ദീർഘലേഖനം വായിച്ചുതീർത്തത്. ചരിത്രപണ്ഡിതന്റെ അപദാനങ്ങൾ വാരിക്കോരി വിളമ്പിയുള്ള ആ പഴമ്പുരാണക്കെട്ടിൽ പുതുമയുള്ള ഒരു വാചകം പോലും അവൾക്ക് കണ്ടെത്താനായില്ല. ഉള്ളിലെ പ്രണയം മുഴുവൻ വറ്റിയപ്പോൾ പിന്നെ ഉൾപ്പുളകത്തോടെയോ ആവേശത്തോടെയോ ആ മനസ്സിലൂടെ പ്രവഹിച്ച അഗ്നിസ്ഫുലിംഗങ്ങളുടെ ശക്തിയനുഭവിക്കാൻ കഴിയില്ലെന്ന് വേദനയോടെ അവൾ മനസ്സിലാക്കുകയായിരുന്നു.

വർഷങ്ങൾക്കു മുമ്പ് ഹാഫിസിന്റെ കുടുംബഫോട്ടോ സഹിതം പ്രസിദ്ധീകരിച്ച ഓർമ്മക്കുറിപ്പുകൾ ഒരു കല്യാണവീട്ടിലെ തിരക്കിനിടയിൽ അവിചാരിതമായി കണ്ടെത്തി. മിടിക്കുന്ന ഹൃദയത്തോടെ ആരവങ്ങൾക്കിടയിലിരുന്ന് വായിച്ചു തീർത്തത് ഒന്നാന്തരം ഒരു വിസ്മയമായി ഇന്നും കൺമുന്നിലുണ്ട്. അതേ ഗ്രീഷ്മതന്നെയാണോ ഇത്? എന്തൊരു മറിമായം. സ്നേഹത്തിന്റെ പച്ചത്തുരുത്തുകൾ എത്ര പെട്ടെന്നാണ് കാട്ടുതീക്ക് ഇരയാവുന്നത്. ആകെ ചാമ്പലായ ചുടുകാടാണ് മുന്നിൽ. ഒരു അതിർവരമ്പു സൃഷ്ടിച്ചുകൊണ്ട് 11 മാസങ്ങൾക്കു മുമ്പ്, ശേഷം എന്ന വേർതിരിവ് കൂടുതൽ പ്രകടമാക്കിക്കൊണ്ട് കരിഞ്ഞകാറ്റ് ദിശമാറി വീശാൻ തുടങ്ങിയിരിക്കുന്നു. ഈ അക്ഷമയ്ക്കും ദേഷ്യത്തിനുമുള്ള

ഇത്തരം ലേഖനത്തിനു സമീപംതന്നെ ഉറങ്ങിയിരുന്നു. ആകാശക്കൊട്ടാരങ്ങൾ അവയിൽ അഭയം തേടുക എളുപ്പമാണ്. പണിയാനും എളുപ്പം. ഹെന്റിക് ഇബ്സന്റേതായുള്ള ഈ വാചകം കുടമണികെട്ടിയ കുഞ്ഞാടായി മനസ്സിൽ ഏറെനേരം തുള്ളിക്കളിച്ചു. ശരിയാണ്, താൻ തന്നെയാണ് വിഡ്ഢി. ഹാഫിസിനെപ്പോലൊരു ആകാശക്കൊട്ടാരത്തിലേക്ക് എത്തിനോക്കാൻ പാടില്ലായിരുന്നു. ഒരിക്കൽ തന്റെ കവിതാപുസ്തകമെടുത്ത് അവന്റെ ഇ–മെയിൽ വിലാസം കുറിച്ചുതന്നത് ആകാശത്തേക്കുള്ള ഗോവണിയിൽ എന്നെ തനിച്ചാക്കി നീ മറഞ്ഞു എന്ന വരികൾക്കിടയിലായിരുന്നല്ലോ. പതിയിരിക്കുന്ന ആ അക്ഷരങ്ങൾ എട്ട് കുറുക്കന്മാരെപ്പോലെ. അത്തരമൊരു വ്യക്തിത്വത്തിലേക്ക് എടുത്തു ചാടേണ്ട വല്ല കാര്യവുമുണ്ടായിരുന്നോ? വസ്തുതാപരമായി വെറും പൊള്ളയായ സ്ത്രീ ഹൃദയങ്ങളാണ് ഇത്രയും വലിയ അധഃപതനത്തിനിരയാവുകയെന്ന്, ശ്രീദേവി ടീച്ചർ കൂടെക്കൂടെ പറയുമായിരുന്നു. അതു ശരിയോ? എന്തായാലും തെറ്റല്ല!

കണ്ണുകൾ ക്ലൂ ഡോട്ട് ഇന്നിലെ ദേബാശിഷ് ചാറ്റർജിയിലേക്ക് ഊർന്നുവീണത് യാദൃച്ഛികമായിരുന്നില്ല. ഗ്രീഷ്മയ്ക്ക് ചാറ്റർജിയെ വലിയ ഇഷ്ടമാണ്. അവൾക്ക് ആരെയാണ് ഇഷ്ടമല്ലാത്തത്? എന്തൊക്കെയാണ് ഈ മനുഷ്യൻ എഴുതിക്കൂട്ടിയിരിക്കുന്നത്– എല്ലാ പ്രയത്നങ്ങളുടെയും മഹത്ത്വം അതിനു പിന്നിലെ ലക്ഷ്യങ്ങളോടുള്ള അടങ്ങാത്ത അഭിനിവേശമാണ്. കാണാനാവുന്ന സ്നേഹമാണ് പ്രയത്നം. “Work is Love, made visible” ജിബ്രാന്റെ വരികൾ അലയടിക്കുന്നു. പെട്ടെന്ന് ഒരു തേങ്ങലായി മഴ ചാറി വീണു. ഉണങ്ങിക്കിടന്ന തുണികൾ എടുക്കാനായി ഗ്രീഷ്മ പുറത്തേക്കോടി. മാനത്തെ വെട്ടിമുറിച്ചുകൊണ്ട് ഒരു മിന്നൽപ്പിണർ. ഇതിനെക്കണ്ട് ഭയന്നിട്ടാവും കുട്ടിമഴ ഇങ്ങനെ അലമുറയിടുന്നത്. തൊഴുത്തിൽനിന്ന് ഏഴ് പശുക്കളും സപ്തസ്വരം മീട്ടി. കറമ്പിക്ക് ചെനയുള്ളതാണ്. തൊട്ടപ്പുറത്തുള്ള ആട്ടിൻകൂട്ടിൽനിന്നും വിലാപഗാനം മിനിട്ടുകൾ മുമ്പേ ആരംഭിച്ചതാണ്. മഴക്കോളു മാത്രമല്ല, വെട്ടുകാരൻ വേലായുധേട്ടന്റെ വരവും അവറ്റകൾക്ക് വേഗം മനസ്സിലാവും. കഴിഞ്ഞയാഴ്ച ഒരു ബംഗാളി കർഷകന്റെ കഥ വായിച്ചപ്പോൾ മുതൽ ഒരു മനം മാറ്റം. നമ്മൾ വളർത്തി വലുതാക്കിയ മൃഗങ്ങളെ നമ്മൾ തന്നെ കൊലക്കത്തിക്ക് വിട്ടുകൊടുക്കുക. ആ കഥയിൽ പ്രായം ചെന്ന നാല്ക്കാലികളും ഇരുകാലികളും സവിശേഷമായ ഐക്യത്തോടെ ഇണങ്ങി ജീവിക്കും വിധം ഭംഗിയായി വിവരിച്ചിരുന്നു. അങ്ങനേയും ചിലരുണ്ടാവേണ്ടതുണ്ട്. ഈ ഭൂമിയിൽ. പക്ഷേ, മുട്ടനാടിനെ ഗ്രീഷ്മയ്ക്ക് ഒരാഴ്ചയ്ക്കുള്ളിൽ വില്ക്കേണ്ടിവരും. അല്ലാതെ വല്യച്ഛനെ സ്കാനിങ്ങിന് കൊണ്ടുപോകാൻ പറ്റുമെന്നുതോന്നുന്നില്ല.

ഗ്രീഷ്മയുടെ മുന്നിൽ പഞ്ചാബ് ബാങ്കിന്റെ വാതിൽ മറനീക്കി തെളിഞ്ഞു. പതിനൊന്നു മാസം മുമ്പ് രണ്ടാഴ്ച സമയം പറഞ്ഞ് ഹാഫിസ് പതിനായിരം കടം വാങ്ങിയദിനം. ആന ചരിഞ്ഞാലും ജീവിച്ചാലും പന്തീ

രായിരമെന്നൊരു ചൊല്ലോർത്തുപോയി. ഇത്തവണ പോണ്ടിച്ചേരിയിൽ നിന്നാണത്രെ അവന്റെ ആറാമത്തെ പി ജി. വീണ്ടും വീണ്ടും എന്തിനാണ് ഇങ്ങനെ പഠിക്കുന്നത്. പഠിച്ചതുവെച്ച് എന്തെങ്കിലും തൊഴിലു ചെയ്തുകൂടെ? ഈ ഗവേഷണത്തിനൊന്നും ഒരറുതിയില്ലേ– ചിന്തിക്കുന്നതിനിടയിൽ അയഞ്ഞു തൂങ്ങിയ ജുബ്ബയും വെട്ടാത്ത തലമുടിയുമായി ഓടിക്കിതച്ചെത്തിയ ഹാഫിസിന് തന്റെ പ്രാരാബ്ധങ്ങളുടെ മെനുവിലൂടെ ഒന്ന് കണ്ണോടിക്കാൻ പോലും തോന്നിയില്ല. ഈ ഹാഫിസിന്റെ കൂടെ വർക്ക് ചെയ്യുന്നതു തന്നെ ഒരു എക്സ്പീരിയൻസാണെന്നു പറയുന്ന റിസർച്ച് ഗൈഡിനെ തല്ലിക്കൊല്ലണം. പക്ഷേ..... എന്താ പക്ഷേയിൽ നിർത്തിയതെന്നാവും?

എത്രനാൾ ഇതുപോലെ പോകുമോ എന്തോ?

അവന്റെ ദുർബ്ബലമായ ശരീരവും പാറിപ്പറന്ന മുടിയും എത്ര കിട്ടിയാലും തീരാത്ത ദാരിദ്ര്യവും അഗ്നിപാറുന്ന കണ്ണുകളും ഇങ്ങനെ തന്നെ തുടരുമോ? എത്രയെത്ര വിദേശ പ്രസിദ്ധീകരണങ്ങളിൽ ഹാഫിസിന്റെ ലേഖനം വരാറുണ്ട്. അവരൊന്നും പ്രതിഫലം കൊടുക്കാറില്ലേ? തന്റെ പതിനായിരം പോയതുതന്നെയെന്ന് ഒരു തവണകൂടി ഗ്രീഷ്മ ഉറപ്പിച്ചു.

ഗ്രീഷ്മ വല്യച്ഛന്റെ ദീർഘനിശ്വാസം കേട്ടു. കുറുകുന്ന ആ നെഞ്ചില് ഒരു അസ്ഥികൂടി പുതുതായി തെളിഞ്ഞിട്ടുണ്ടോ? അതിൽ ചരിത്രം വാർന്നൊഴുകിയ ഖനന ശേഷിപ്പുകളുണ്ടോ? കാലിന് മുടന്തുള്ള ആട്ടിൻകുട്ടി ഉറക്കെ കരഞ്ഞു. മഴ കരച്ചിലൊക്കെ നിർത്തി മേഘങ്ങൾക്കിടയിൽ ഒളിച്ചുകളിക്കുന്നു. അവൾ ആ ലേഖനത്തിൽ വല്യച്ഛന്റെ മരുന്നു പൊതിഞ്ഞു. അതിശയവും ആരാധനയും വീമ്പും വീരാരാധനയും നിറഞ്ഞ ലേഖനത്തിലെ പ്രൗഢാക്ഷരങ്ങളിൽ വേദനയുടെ ഗുളികകൾ അട്ടയെപ്പോലെ കിടന്നു. കാതലില്ലാത്ത ക്രോധങ്ങളെയും കാമ്പില്ലാത്ത സ്വപ്നങ്ങളെയും കഥയില്ലാത്ത ഉന്മാദങ്ങളെയും മഹാനിശ്വാസത്തിലൊതുക്കി അവൾ വീണ്ടും അടുക്കളയിലേക്ക് ചേക്കേറി.

പെട്ടെന്നൊരു ഉഷ്ണക്കാറ്റ് ഓട്ടോയിൽ വന്നുനിന്നു. മുറിയിലേക്ക് ഓടിക്കയറി വന്നു എന്നു പറയുന്നതാവും ശരി. ഹാഫിസിനെ തീരെ പ്രതീക്ഷിച്ചിരുന്നില്ല. അറിയാതെ തൊണ്ടപൊട്ടും പോലെ– അവൻ ഒരു പൊതി നീട്ടി. എഴുന്നേല്ക്കാൻ ശ്രമിച്ച വല്യച്ഛനെ തടഞ്ഞുകൊണ്ട്, കൈയിൽ കിട്ടിയ ടവ്വലെടുത്തു മുഖം തുടച്ചു. സാന്ത്വനഭാവത്തിൽ അവളെ നോക്കിക്കൊണ്ടു പറഞ്ഞു. "നീ നന്മയുള്ളവളാണ്. ചെലവാക്കാത്ത പണം പ്രകടിപ്പിക്കാത്ത സ്നേഹംപോലെയെന്നല്ലേ." ജെ എൻ യുവിൽത്തന്നെ പോസ്റ്റിങ് കിട്ടി. നീ ഉള്ളതുകൊണ്ടാണ് ഇതെല്ലാം സാധിച്ചത്. വാക്കുകൾ പൂർത്തിയാക്കാൻ നില്ക്കാതെ അയാൾ പടിയിറങ്ങി. ഹാഫിസ് തുറന്നു ചിരിച്ചു. വിടർന്നു ചിരിക്കുമ്പോൾ അയാളുടെ മുഖത്ത് സന്ധ്യാദീപം കൊളുത്തിവെച്ചതുപോലെ അവൾക്കുതോന്നി. അവൾ പൊതി മെല്ലെ തുറന്നു. അതിൽ നിറയെ അയാളുടേതായി വിവിധ ജേർണലുകളിൽ വന്ന ലേഖനങ്ങൾ മാത്രമായിരുന്നു.

നനയുന്ന ഡിസംബർ

എന്താണിത്? മുതുകിൽ തൂങ്ങുന്ന സഞ്ചിയിലെ സ്വപ്നങ്ങളോട് ആവന്തിക വീറോടെ ചോദിച്ചു.

ജീവിതത്തിന്റെ കടലിൽ ഓഖി വീശിയടിക്കുമെന്നറിഞ്ഞിട്ടും ധീരയായി കടലിൽ തോണിയിറക്കിയ യാത്രക്കാരീ.. നീ കാണുന്നില്ലേ അവന്റെ തുഴയുടെ ശക്തി..?

സഞ്ചിയിലെ സ്വപ്നങ്ങൾ മന്ത്രണം തുടർന്നു.

തുഴഞ്ഞു പോകുന്ന ഈ സീസണിൽ തനിക്ക് വരുമാനം കുറവാണ്.

മറ്റാരുടെയോ വേഷമാണ് താൻ അഭിനയിക്കുന്നത് എന്നു വിചാരിച്ച് ആവന്തിക മുഖമമർത്തിയൊന്ന് തുടച്ചു.

പാറിപ്പറന്ന തലമുടി കാറ്റിലൊതുക്കാൻ പാടുപെട്ട് ഒരു കടന്നലിനെ പോലെ അയാൾ മൂളി നടന്നു. ചുമലിലെ സഞ്ചിയുടെ ഭാരം വിശപ്പുമായി ചേർന്നതിനാൽ ഇരട്ടിയായി.

"അവൾക്ക് രാത്രി ഭീകരമായിരുന്നു." കമ്പനിയുടമസ്ഥൻ പതിവുപോലെ തലനേരെ നില്ക്കാനാവാത്ത നിലയിൽ എന്തെല്ലാമോ വിളിച്ചു പറഞ്ഞു പോയി.

കടപ്പുറത്തിനു മുന്നിലെ റോഡ് വിശാലമായി നിവർന്നു കിടന്നു. ഇത്ര വിജനത ഇതിനു മുമ്പൊരിക്കലും കണ്ടിട്ടില്ല.

ഒരാഴ്ച അഭയം തന്ന അമ്മായിക്ക് ഈ രാത്രി കൂടി അവിടെ താമസം അനുവദിക്കാമായിരുന്നു. കുടിയന്റെ വരവായിരിക്കാം അവരെ വെറുപ്പിച്ചത്.

അവൾക്ക് ചിരി വന്നു. തന്നെപ്പറ്റിയോർത്ത് അവൾ ആ ചിരിയൊന്നു തിരുത്തി.

താനൊക്കെ ഇങ്ങനെ ജീവിച്ചിരിക്കുന്നതാണ് കുഴപ്പം. താൻ മാത്ര

മല്ല... തന്നെപ്പോലുള്ള കറിവേപ്പിലകൾ.

സ്വയം അവളൊരു സംശയം ഉന്നയിച്ചു.

പക്ഷേ, മിസ്റ്റർ നാരദന്റെ മുന്നിൽ എന്റെ ചുറ്റുമുള്ളവർ എന്നെ തള്ളിക്കളയുന്നതെന്തിന്?

അവർക്കിടയിൽ അയാൾ അത്ര വലിയ ഒരാളാണോ.

ഞാൻ – ഞാനൊക്കെ ഒരു വിലയുമില്ലാത്ത കടുകുമണിയാണെന്നോ?

സൗഹൃദങ്ങളൊക്കെ ഇലകൾപോലെ എപ്പോൾ വേണമെങ്കിലും തളിർക്കാം കൊഴിയാം.

അതിന്റെ മൂല്യം ഹൃദയത്തിന്റെ ആഴമേ അല്ല. തീർച്ചയായും ഈ ഓഖി കാറ്റിൽ എല്ലാ മനുഷ്യരും ആടിയുലയുന്നുണ്ട്.

ആവന്തികയുടെ ഉള്ളിൽ ഭയത്തിന്റെ കൂറ്റൻ തിരമാലകൾ മാത്രം. സാന്ത്വനമായി വന്ന ഉപ്പുകാറ്റ് നിലവിളിച്ച് ഓടി മാറി.

രാത്രി ഒന്നര കഴിഞ്ഞിരിക്കുന്നു. കൈയിൽ വിലങ്ങുവീണ ഒരുവളെ പോലെ അവൾ എല്ലാവരാലും തിരസ്കൃതയായി ഏന്തി വലിഞ്ഞ് ആ സിമന്റ് ബഞ്ചിൽ അതേ ഇരുപ്പു തുടർന്നു.

എവിടേക്കു പോകും. iffk കാണാൻ പോയാലോ.. അതിനെന്തോ പാസൊക്കെ വേണം. മുന്തിയ ഒരു നടി ചെന്നിട്ട് എടുത്തിട്ടലക്കി. എന്നിട്ടല്ലേ ഹാച്ചറിയിലെ ചെമ്മീൻകുഞ്ഞു ഗവേഷകയെ അവർ സ്വീകരിക്കാൻപോകുന്നത്.

ഏതെങ്കിലും വണ്ടിയിൽ ഏതെങ്കിലും നാട്ടിലേക്ക്..

എന്തിന്? സ്വപ്നങ്ങൾ വിരിയിച്ച ചെമ്മീൻ കുട്ടികളുമായി വലിയ ഒരു ഹാച്ചറിയുടമയായി അക്വേറിയമെന്ന ചില്ലുമേടയിൽ കിടന്ന് അവൾ പരൽ മീനുകൾ വാരിവാരിയെറിഞ്ഞു.

സ്വപ്നങ്ങളുടെ നിന്ദിതരുടെ കുളക്കടവിൽ ഏറെ മുറിവുള്ളവർ കാൽ നീട്ടിയിരുന്നു.

നിങ്ങളെ നദിയിൽനിന്ന് കുടിയൊഴിക്കൽ നടത്തി ഒഴിവാക്കുകയില്ല എന്ന ചൂണ്ടവാക്കുമായി വല്ലാത്ത ഒരുഗദ്ഗദം അവിടെ ചുറ്റിപ്പറ്റി നിന്നിരുന്നു.

വിഴിഞ്ഞത്തെ കണ്ടെയ്നർ വാഹനം വളവുതിരിഞ്ഞ് ചുവന്ന വട്ടത്തിൽ വെട്ടം തെളിയിച്ച് കടന്നുപോയി.

നെറുകയിൽ സിന്ദൂരം ചാർത്തിയ ഭർത്തൃമതിയെപ്പോലെ മറ്റൊരു വാഹനവും ഒച്ചവെച്ചു.

അവൾക്ക് ശരിക്കും ഭയം തോന്നി.

ഈ രാത്രി കൂടി സുരക്ഷിതമായി ഒരിടത്ത് താമസിക്കാൻ കഴിഞ്ഞിരുന്നെങ്കിൽ....

കാലുകൾ കഴിയുന്നത്ര നീട്ടിവെച്ച് അവൾ നടന്നു. ഇരുട്ടിൽനിന്ന് പച്ച നിറമുള്ള ഒരു വെളിച്ചം നടന്നുവന്നു. പിന്നാലെ ഒരുജീപ്പും.

നിരത്തിലെല്ലാം ജീവന്റെ മരണ മൂകത. ചുവന്ന നിശ്ശബ്ദത.

അപ്പോൾ അവിടെ ആകാശത്തിനു താഴെ ഏതാനും പെൺകുട്ടികൾ തട്ടമിട്ട് നൃത്തം ചെയ്യുന്നു.

ആ സുന്ദര ചലനങ്ങളുടെ സൂക്ഷ്മദൃശ്യം ക്ലോസ് അപ്പ് ഷോട്ടുകളിലൂടെ കയറി വന്ന് കണ്ണിലൂടെ ഇറങ്ങിപ്പോയി.

അവിടെക്കണ്ട മുഖങ്ങൾ വിവർണ്ണമായിരുന്നു. നബിദിനജാഥയിൽ നടന്നു പോവുന്നതിനിടെ കുത്തേറ്റ യുവാവിനെപ്പോലെ ഒരു കുതിര വേച്ചുവേച്ചു നടക്കുന്നതു കണ്ടു...

കാഴ്ചകൾ കാറ്റിലുലഞ്ഞ് ബാബറി മസ്ജിദ് പള്ളിപോലെ ഇല്ലാണ്ടായി.

അപ്പോഴേക്കും നേരം വെളുത്തു തുടങ്ങിയിരുന്നു. ശേഷമുള്ള നശിച്ച പകലിനെ കൊല്ലേണ്ടതെങ്ങനെയെന്നോർത്ത് അവളിരുന്നപ്പോൾ കമ്പനിയുടമ അടിമാലി ബാറിൽ നിന്നിറങ്ങാതെ ഫോണിൽ അവൾ എത്തിയോ എന്ന് അപ്രന്റീസ് പാപ്പച്ചനോട് പത്തുവട്ടം വിളിച്ചു ചോദിച്ചു.

'ഒരു പുരാതന ജലാംശം പോലെ അവൾ ഹാച്ചറി ലക്ഷ്യമാക്കി നടന്നു... പണ്ടുപേക്ഷിച്ച വഴികളിൽ നിഴൽ പരന്ന് പഴയ വഴികൾ പാതയൊരുക്കി.' ഒരു തട്ടം തലയിലേക്ക് പാറിവീണപോലെ വിജാതീയനായ ആ കുടിയന്റെ മൗഢ്യം അവളുടെ ശിരസ്സിൽ ആശിസ്സായി.

കടലിൽനിന്ന് ഒരു നെടുവീർപ്പ് ഉയർന്നു പോകുന്നത് ചിലരൊക്കെ കണ്ടു.

കാണാത്തവർ ഭ്രമണ വേഗത തെറ്റി ആയുധം മൂർച്ച കൂട്ടിത്തുടങ്ങി. കടലപ്പോൾ ഒരു പ്രവാചകന്റെ ചിരിയോടെ പാൽപ്പതയുള്ള നാമലിഖിതം പതുക്കെ മായ്ച്ചു.

ഗൗരി@ലങ്കൻ പതാക

വിവാഹമോചിതയായ ഒരു സ്ത്രീക്ക് കിട്ടാവുന്ന വലിയ പാരിതോഷികമാണ് അവളുടെ മരണശേഷം മുൻ ഭർത്താവ് പൊഴിക്കുന്ന പുഷ്പവൃഷ്ടികൾ.

ഒറ്റയ്ക്കു കഴിയുന്ന പെണ്ണുങ്ങളെപ്പറ്റി നിങ്ങളൊക്കെ ധരിച്ചുവെച്ചിട്ടുള്ള വീതിയുള്ള കളസം ആൺപിറന്നവരുടെ പരിഹാസ മാനവികതയ്ക്ക് കൃത്യം പാകം.

അച്ഛൻ വെട്ടിയ പാതയിലൂടെ സഞ്ചരിക്കുക എന്നത് വാശിയുള്ള മക്കൾക്ക് പറഞ്ഞിട്ടുള്ള പണിയാണ്.

ഒരു ലിറ്റിൽ മാഗസിൻ നടത്താനും ലങ്കൻ ഹോട്ടലിൽ പണിയെടുക്കാനും കൂടി ഗൗരി നടത്തുന്ന സാഹസം ചില്ലറയല്ല.

പരസ്യം വാങ്ങാറില്ല എന്നതിന്റെ സത്യം പരസ്യം ലഭിക്കാറില്ല എന്നതു തന്നെയായിരുന്നു.

അതിന്റെ പേരിൽ വന്നുഭവിക്കുന്ന കടങ്ങളോടും വലിയ പ്രണയമായിരുന്നു ഗൗരിക്ക്.

ഒരേ സമയം തക്കാളിയും ഉള്ളിയും ചക ചകാന്ന് അരിഞ്ഞു തള്ളുകയും ഇരുന്നിടത്തുനിന്നിളകാതെ മുഖത്ത് ഭാവ വിക്ഷോഭങ്ങളേതും വരുത്താതെ മാവോവാദികളോട് സംസാരിക്കുന്ന അതേ ചങ്കുറപ്പോടെ... ഗൗരി അവരിൽ ചിലരോട് ഉറക്കെയുറക്കെ സംസാരിച്ചുകൊണ്ടിരുന്നു.

"ഗൗരിയോട് ദുരുദ്ദേശ്യത്തിലൊന്നും ഞാൻ പറഞ്ഞിട്ടില്ല." ആദ്യം ഒന്നു വിട്ടുപോയെങ്കിലും അയാൾ അത്രയും പറഞ്ഞൊപ്പിച്ചു.

"എനിക്കറിയാം." ഗൗരി തലകുനിച്ചു.

അയാളുടെ നിവർത്തിപ്പിടിച്ച കൈപ്പത്തിയിലെ കറുത്ത വരകൾ കൂട്ടിമുട്ടുന്നതും വേർപിരിയുന്നതുമായ വരകളിൽ ആയുസ്സിന്റെ വരമാത്രം

തെളിഞ്ഞു നിന്നിരുന്നു.

മോശപ്പെട്ട അർത്ഥത്തിൽ അവളോടിതുവരേക്കും ആരും സംസാരിച്ചിട്ടില്ല. അപാരമായ ക്ഷമ വേണ്ടയിടങ്ങളിൽ പ്രദർശിപ്പിക്കാനും ഒരു മടിയും കാണിച്ചിട്ടുമില്ല.

കൗശൽ ബാബുവിന്റെ മരണശേഷമുള്ള ഇരുനൂറ്റി ഇരുപത്തിമൂന്നാം ദിനമായ ഇന്നുവരെ അങ്ങനെ ഒറ്റപ്പെട്ടു എന്നൊരുതോന്നലും ഉണ്ടായിട്ടില്ല.

അയാൾ ഗൗരി സാരാംഗിയുടെ മുഖത്തേക്കു നോക്കാനായി അടുക്കള വരാന്തയിലേക്ക് നഗ്നപാദനായി നടന്നുവന്നു.

അപ്പോൾ മാത്രം വീശിയ കാറ്റിൽ ഹൃദ്യമായ സുഗന്ധത്തിന്റെ പരിമളം പരത്തി മുന്നിലിരിക്കുന്നത് കഴിഞ്ഞ നാലുമാസം കൊണ്ട് ടെലിഫോണിൽ കേട്ടു പഴകിയ ശബ്ദത്തിന്റെ ഉടമ തന്നെയാണെന്ന് അയാൾ സ്വയം പറഞ്ഞു. അതേസമയം തന്നെ രൂപിമ എന്ന തന്റെ കാമുകിയെയും അയാളോർത്തു.

“ഗൗരി സാരംഗിക്ക് ഓർമ്മയുണ്ടോ? അന്നൊരു പാതിരാത്രിയിൽ നിങ്ങളുടെ ഫോണിൽനിന്ന് ഏതോ നമ്പർ മാറി എനിക്കു കോൾ വന്നതും ഞാനതെടുത്ത് നിങ്ങളോട് സംസാരിച്ചു തുടങ്ങിയതും? മൂന്നുവട്ടം പിന്നീടത് ആവർത്തിച്ചു.

ഓരോ തവണയും നീണ്ട നീണ്ട സോറി പറഞ്ഞ് സംസാരം മുറിയാതെ മുറിഞ്ഞു.

ഞാനെത്രയൊക്കെ സംയമനം പാലിച്ചിട്ടും ഒരു ആക്ടിവിസ്റ്റും എഴുത്തുകാരിയുമാണെന്ന് പറഞ്ഞിട്ടും നിങ്ങൾ പിന്മാറിയതേയില്ല.”

പിന്നിൽനിന്ന് പുരുഷശബ്ദത്തിൽ ആക്ഷേപമുയരുമെന്നാണ് പ്രതീക്ഷിച്ചത്. പക്ഷേ, അതുണ്ടായില്ല. പുറത്തേക്ക് നോക്കി നില്ക്കലല്ലാതെ വേറെ മാർഗ്ഗമൊന്നും അപ്പോഴില്ലായിരുന്നു.

ആകാശം മറച്ച് റോഡിലേക്ക് ശിഖരങ്ങൾ താഴ്ത്തി നില്ക്കുന്ന വൻമരങ്ങൾ. മരങ്ങളുടെ ഇലകൾ കണ്ണുനീർ പൊഴിക്കുന്നുവോ? ഇല്ല– തോന്നലാണ്. ഒക്കെയും വെറും തോന്നലുകൾ.

പ്രതിരോധത്തിന്റെ ഒരുപദ്ധതി ഗൗരിയും മനസ്സിൽ രൂപവല്ക്കരിക്കാൻ തുടങ്ങി. ഫോണിൽ റേഞ്ചില്ലാതെ വരുന്നത് എപ്പോഴും നിർണ്ണായക ഘട്ടങ്ങളിലാണ്.

അടുക്കളയെ ചൂഴ്ന്നു നിന്നിരുന്ന മൂടിക്കെട്ടലിന്റെ അന്തരീക്ഷം അല്പം ലഘുവായി.

ഏതു സന്ദർഭത്തിലും സത്യം പറയുന്നതാണ് നല്ലതെന്ന് തന്റെ ജോലിയിലൂടെ ഗൗരി എന്നോ തിരിച്ചറിഞ്ഞതാണ്.

അയാൾ ഇപ്പോൾ സിറ്റൗട്ടിലാണ് ഇരിക്കുന്നത്.

“പിന്നൊരു ദിവസം അപ്രതീക്ഷിതമായി വീട്ടിലെത്തിയതും അബദ്ധമാണോ? നിങ്ങളുടെ എസ് എം എസ് അബദ്ധത്തിൽ സംഭവിക്കുന്നതുപോലെ.”

അയാൾ അതിനും തലയാട്ടി. ഗൗരി സാരംഗി എന്ന സ്ത്രീ ലങ്കയോട് അമിതസ്നേഹം പുലർത്തുന്ന, തമിഴ് ബന്ധമുള്ള ഒരു സ്ത്രീ എന്തിനാണിങ്ങനെ പറഞ്ഞു വരുന്നതെന്ന് ഊഹിക്കാൻ അയാൾക്കാവുന്നുണ്ടായിരുന്നില്ല.

"ങാ... നിങ്ങൾ ഗൗരീലങ്കേഷ് എന്ന ധീരവനിതയെക്കുറിച്ച് കൂടുതലായി അറിയാൻ ശ്രമിച്ചില്ലേ!"

"ഇല്ല."

"അതെന്താ ഒന്നുമില്ലെങ്കിലും നിങ്ങളുടെ പേരുമായും ജീവിതവുമായും അവർക്ക് വലിയ സാമ്യമുണ്ടല്ലോ.. എന്നിട്ടും..."

അയാളുടെ ഇപ്പോഴത്തെ ചോദ്യം അവളെ പിടിച്ചുകുലുക്കുക തന്നെ ചെയ്തു. ചില ചോദ്യങ്ങൾക്കുള്ള ഉത്തരം സ്പർശനം നിഷേധിക്കലാണ്.

പെട്ടെന്നു മുഖത്തുമിന്നിയ ഒരു പ്രസന്നതയോടെ അവൾ വാതിലിനടുത്തേക്ക് അയാളുടെ കൈയും പിടിച്ച് ഓടി. അവളിൽ നിന്നുണ്ടായ ആ പ്രവൃത്തി വളരെ അനായാസവും ചടുലവുമായിരുന്നതിനാൽ അയാൾക്കു തടയാനും കഴിഞ്ഞില്ല.

ആ മുറിയും അവിടുത്തെ സാധനസാമഗ്രികളും എല്ലാം തന്നെ അയാളെ വല്ലാതെ തെറ്റിദ്ധരിച്ചതുപോലെ തരിച്ചുനിന്നു.

ഒരു വീണപൂവാകേണ്ട ഇവളെ തിരിച്ചറിയുകയും സൂക്ഷിക്കുകയും ചെയ്യേണ്ടത് തന്റെ ബാദ്ധ്യത തന്നെയെന്ന് അയാൾ തിരിച്ചറിയുന്നു.

മുൻകാല അനുഭവങ്ങളുടെ വേദനിപ്പിക്കുന്ന ഈണങ്ങൾ അയാളെ തൊട്ടുരുമ്മി കടന്നു പോവുകയും ചെയ്തു. വിളിക്കാതെ വന്നവനായതുകൊണ്ട് ആ ഫ്ളാറ്റിലെ ഒരു രൂപവും അയാൾക്ക് നിശ്ചയമില്ലായിരുന്നു. ആ സമയം അവൾ എന്തിനോ വേണ്ടി തിളയ്ക്കുന്ന സാമ്പാറായി അതിലെ കായത്തെ ഉയർത്തിപ്പിടിച്ച് നിലയുറപ്പിച്ചിരിക്കുകയായിരുന്നു. ഭ്രാന്തിയായ ഒരു കാറ്റ് മതിൽ ചാടി കടന്നുപോയി..

അവൾ ബോധരഹിതയെപ്പോലെ അയാളുടെ കൈകളിലേക്ക് വീണു.

അയാളിലെ സത്യസന്ധത കൂടുതൽ കൂടുതൽ വെളിപ്പെട്ടു വരികയായിരുന്നു. എല്ലാ പുരുഷന്മാരും ഒരുപോലെയല്ല എന്ന് ഊഹിക്കാനുള്ള ഒരു മന്ദഹാസം അവളുടെ ചുണ്ടിൽ തെളിയുകയും ചെയ്തു.–

ഒരു മൂലയിൽ ചാരിവെച്ചിരുന്ന സ്റ്റാന്റ് അയാൾ എടുത്തുകൊണ്ടു വന്നു. മുളങ്കുഴലിൽനിന്ന് ബ്രഷുകൾ വാരിയെടുത്ത് അയാൾ എന്തോ ചില രൂപങ്ങൾ വരയ്ക്കാനും തുടങ്ങി.

അപ്പോൾ ഗൗരി ഒന്നു വിതുമ്പിയതായി അയാൾക്ക് തോന്നി– ഒരു കുളമത്സ്യത്തിന്റെ കണ്ണുപോലെ ആ സ്ത്രീയുടെ പൂച്ചൂട്ടി (ഒരു മത്സ്യം) കണ്ണുകൾ പരിസരം മുഴുവൻ വായിച്ചു പഠിക്കുന്നതുപോലെ.

കിടപ്പുമുറിയുടെ ഒരു ഭാഗത്ത് വെങ്കലത്തിൽ തീർത്ത ഒരു സാലഭഞ്ജികയുടെ പ്രതിമ കാണാമായിരുന്നു. ഒരു സ്പർശം. അതിലെ കരിങ്കൽ സ്തംഭത്തിൽ നിന്നുമുയർന്ന സപ്തസ്വരങ്ങൾ. അയാൾ അര

യിൽനിന്ന് തോക്കെടുത്ത് ഉത്സാഹത്തോടെ എണീറ്റു. സാലഭഞ്ജിക ഉടഞ്ഞുവീണു. കണ്ണുകൾ താമര പോലെ ചുകന്നു.

മൂന്നു തുള്ളി രക്തത്തുള്ളികൾ. വെടി മുഴങ്ങിയില്ല. പോട്ടെ എന്നു പോലും പറയാതെ കൈകൾ കോർത്ത് അവർ രണ്ടാളും കൂടി ടെറസ്സിൽ നിന്നു ചാടിയതായി മാത്രമേ മറ്റുള്ളവർക്ക് തോന്നിയുള്ളൂ.

ഭിത്തികളും തറയും കുലുങ്ങി. ഓരോ മുഴക്കത്തിലും സ്വയം നടുങ്ങി കൊണ്ട് പടികൾ ഓടിക്കയറുമ്പോൾ അയാൾ ആലോചിച്ചു, പിന്നെ ആന ന്ദിച്ചു, ഒടുവിൽ ഉറപ്പിച്ചു ശ്രീലങ്കൻ റുപ്പി മതി. ഡോളർ സ്വീകരിക്കുന്ന തല്ല.

അവനവൾ

ഒരു ലഘുലേഖയും കൈയിൽ പിടിച്ചാണ് ഭാരതിയെന്ന രാമാനുജൻ പിരിയൻ ഗോവണി മുഴുവൻ കയറിയത്.

അംഗപരിമിതിയുള്ള റോബർട്ട് ഐബറിയുടെ ഒളിമ്പിക്സ് പ്രകടനത്തിന്റെ വീഡിയോ പ്രദർശനം നടക്കുകയായിരുന്നു അവിടെ.

ചവിട്ടിത്തള്ളിയ പടികൾ ഭൂതകാലമെന്നോർത്തുകൊണ്ട് ഭാരതി നിന്നുകിതച്ചു. എന്തുകൊണ്ട് ഐബറിയെ ആരും അറിയാതെ പോയി? താനും അറിഞ്ഞില്ല.

തൊട്ടടുത്ത മുറിയിലേക്ക് നടന്നു, ജനാല തുറന്നപ്പോൾ വെള്ളച്ചാട്ടം പോലെ വെളിച്ചം ഒഴുകി വന്നു.

പ്രായം ചെന്ന ആ സ്കൂളിന്റെ അവയവങ്ങളോരോന്നായി മാറ്റിവെച്ചു കൊണ്ടിരിക്കുകയാണ്. വെപ്പുപല്ലുകൾ വെച്ചതുപോലെ നിരക്കെ ചിരിക്കുന്ന സ്മാർട്ട് ക്ലാസ് മുറികൾ, താഴെ പക്ഷികളും മൃഗങ്ങളും ചുമരിലെ കൊമ്പിലിരുന്ന് ചിണുങ്ങുന്ന മൂന്നു ഫാനുകളുള്ള ക്ലാസ് മുറി കെ ജി കുട്ടികളുടേതാണ്.

ഗ്രൗണ്ടിനടുത്തുള്ള ചപ്പുചവറുകൾ കത്തിക്കുന്ന കുഴിയിൽനിന്നും പുക പാമ്പുപോലെ ഇഴയുന്നു. രാവിലെ തന്നെ ഇതിനു തീ കൊടുത്ത വിരുതൻ ആരാണാവോ?

ക്ലീനിങ് ഡ്യൂട്ടിയുള്ള അദ്ധ്യാപകൻ ചുമതലയേല്പിച്ച ഏതെങ്കിലും പഠിക്കാത്ത മിടുക്കനാവും! ഇപ്പോൾ ഹാൾ മുഴുവൻ മനം പുരട്ടുന്ന പുകയുടെ ഗന്ധം മാത്രം. പുകയുടെ ഗന്ധം എങ്ങനെയുള്ളതാണ്? നോമ്പു തുറയ്ക്കുള്ള സാധനങ്ങളുമായി വീട്ടിലേക്ക് മടങ്ങുന്ന കൗമാരക്കാരനെ പശുവിറച്ചി തിന്നുന്നവനെന്നും പറഞ്ഞ് തല്ലിക്കൊല്ലുന്ന റെയിൽമുറിയിൽ ആസമയം നിറഞ്ഞത് പകയുടെ ഗന്ധം ആയിരിക്കുമോ?

ഒരു ഭാഗത്ത് കുന്നുകൂടി കിടക്കുന്ന ടെക്സ്റ്റ് പുസ്തകങ്ങളും അദ്ധ്യാപക സഹായികളും. ഭാരതിയെന്ന രാമാനുജന് വലിയ വേദന തോന്നി. കോടികൾ തുലച്ച് അച്ചടിച്ച ഇവ എത്തേണ്ട കൈകളിൽ എത്താത്തതെന്തേ? മാനവശേഷി വികസന വകുപ്പ് ബുദ്ധി വൈകല്യമുള്ള കുട്ടികളെക്കുറിച്ച് അവരെ മുഖ്യധാരയിൽത്തന്നെ സംരക്ഷിക്കുമെന്നുറപ്പു പറഞ്ഞ് എത്ര കോടിയുടെ പരസ്യമാണ് നല്കുന്നത്.

ദിവസ വേതനമായതിനാൽ ഇന്ന് പ്രത്യേകിച്ച് പണിയൊന്നും ഇല്ല. കാല് തളർന്ന കുട്ടിയെയുമെടുത്ത് ഒരമ്മ ഗേറ്റ് കടന്നുപോകുന്നതു കണ്ടു.

ഫുട്പാത്തിലെ തിരക്ക് ഇപ്പോൾ അല്പം കുറഞ്ഞിരിക്കുന്നു. സ്കൂൾ സമയം തുടങ്ങിയാൽ തിടുക്കപ്പെട്ടു പോകുന്നവരുടെ തിരക്കും കുറയും. തിരക്കന്മാരിൽനിന്നും പഠിക്കേണ്ട പാഠം നിലയ്ക്കാത്ത ഒഴുക്കിനെക്കുറിച്ചാവണം.

സായാഹ്നത്തിലാണ് പലരിലും ഔദാര്യം വിളയുക. രാവിലത്തെ തിക്കും തിരക്കും മാറ്റിവെച്ച് ഒന്നു തണുക്കുന്ന സമയം.

രാജേഷ് വരിക്കോടൻ കുടുംബസഹായ നിധിയിലേക്ക് പാട്ടുപാടി ധനസഹായം ശേഖരിക്കുന്ന സംഘം പല്ലവി മൂളിത്തുടങ്ങും മുമ്പ് രാമാനുജനിലെ ഭാരതി തിടുക്കം നടിച്ച് ഒഴിഞ്ഞുമാറി നടത്തം തുടങ്ങി. എന്നിട്ടും കുഞ്ഞിമൊയ്തീൻ എന്ന ബാവയുടെയും പ്രസന്നന്റെയും കഴുകൻ കണ്ണുകൾ ആ പദചലനങ്ങളെ പിന്തുടർന്നു.

പുറകെ തന്നെ കൂടിയ മദ്ധ്യവയസ്കന്റെ മുഖത്തെ ശങ്ക ബാക്കിവെച്ച കൗതുകം അവനിലെ അവൾ ഇതിനകം മനസ്സിലാക്കി കഴിഞ്ഞിരുന്നു.

അയാളുടെ ചേഷ്ടകൾക്ക് ഓടയിലെ അഴുക്കിന്റെ വഴുക്കലുണ്ടായിരുന്നു.

ടീച്ചർ എന്നാൽ പുരുഷനുമാവാം, സ്ത്രീയുമാവാം. ഈ പണി കിട്ടിയിട്ടും ധർമ്മക്കാരെ കാണുമ്പോഴുള്ള മുഖഭാഷയാണ് പലർക്കും.

താൻ ആണുങ്ങളെ മാത്രം സമീപിച്ചാൽ മതിയെന്ന് മൊയ്തീനാണ് പറഞ്ഞത്. അതൊരു തെറ്റിദ്ധാരണയാണെന്നും പണത്തിന്റെ കാര്യം വരുമ്പോൾ ദൗർബല്യങ്ങൾക്ക് മൂല്യമില്ല എന്നു പറഞ്ഞ് പഠിപ്പിച്ചത് പ്രസന്നനും.

പട്ടണത്തിലെ ഏറ്റവും വലിയ ഹോട്ടലിനു മുന്നിലാണ് അവളിലെ അയാൾ നിന്നത്. തൊപ്പിവെച്ച പാറാവുകാരൻ വാതിൽ തുറന്നപ്പോൾ പ്രത്യക്ഷപ്പെട്ട കോട്ടുധാരി അവളോട് അകത്ത് കയറിക്കൊള്ളാൻ ആംഗ്യം കാണിച്ചു. അകത്തു കടന്നപ്പോൾ അയാൾ വീണ്ടും മുകളിലേക്ക് നടന്നു. അവളിലെ അയാളും അയാളെ അനുഗമിച്ചു. വീണ്ടും ഒരു വാതിൽ. അകത്തെ മങ്ങിയ നീല വെളിച്ചത്തിൽ അയാളുടെ മുഖം സായ്പിന്റെ ഛായയുള്ളതുപോലെ തോന്നി.

പുറത്തെ ചൂടിന്റെ കാഠിന്യം ഉരുകിയൊലിച്ച് അയാളിൽ പ്രത്യക്ഷപ്പെട്ട നീർച്ചാലുകൾ നേർത്ത സംഗീതത്തിൽ വഴിതെറ്റി ഒഴുകി.

കഴിഞ്ഞ ഏതാനും നിമിഷങ്ങളിൽ നടന്ന സംഭവങ്ങളോർത്ത് ഭാരതി സ്വയം അത്ഭുതപ്പെട്ടു. തന്റെ എതിരെയിരിക്കുന്നത് തികച്ചും ഒരപരിചിതൻ. ഇയാൾ തന്നെ ക്ഷണിച്ചുവോ? എന്തിനാണ് അയാളുടെ പിറകേ നടന്നത് അതോ ഈ ജന്മത്തിന്റെ നിയോഗം.

ആ ചിന്ത ടെലിപ്പതിക് ആയി വായിച്ചിട്ടെന്ന വണ്ണം അയാൾ ചോദിച്ചു. "കൂടെ വരാനുള്ള ചോദന?"

മനുഷ്യമനം കണ്ടാൽ വേഗം മനസ്സിലാവും. അവളിലെ രാമാനുജനാണ് ഇക്കുറി ചിരിച്ചത്. ആ ചിരി പൂച്ചെണ്ടായി സ്വീകരിച്ച് അയാൾ കൈകൾ നന്നായി ഒന്നു കഴുകാൻ തീരുമാനിച്ചു. ശേഷം ചനമസാലയും ഗോപി മഞ്ജൂരിയും ചപ്പാത്തിയും വെജ് സൂപ്പും ഓർഡർ ചെയ്തു. വെയ്റ്റർ തിരിഞ്ഞപ്പോൾ പതുക്കെ മന്ത്രിച്ചു. "എന്റെ ഇഷ്ടം തന്നെയായിരിക്കും അവിടെയും എന്ന് ഞാൻ ഉറപ്പിച്ചു കുഴപ്പമുണ്ടോ?" വെയ്റ്റർ സഹതാപത്തോടെ സൂപ്പു കൊണ്ടുവന്നു വെച്ചു മടങ്ങിപ്പോയി.

"ഒന്നിലധികം മഹിളാ സംഘടനകളുടെ മീറ്റിങ്ങിൽ വെച്ച് ഞാൻ നിന്നെ കണ്ടിട്ടുണ്ട്. അവരാരും നിന്നെപ്പോലുള്ളവർക്കു വേണ്ടി രംഗത്തു വന്നില്ലെന്നതിൽ അത്ഭുതപ്പെടാനില്ല. അവർക്കൊക്കെ വാർത്തയ്ക്കു വേണ്ട കൊഴുപ്പേ നിങ്ങളെക്കൊണ്ടു വേണ്ടൂ."

ഭക്ഷണം കഴിക്കുമ്പോൾ അയാൾ പറഞ്ഞു. ഇത് കോമ്പറ്റീഷന്റെ കാലമാണ്. ഇഗ്നൂ പോലുള്ള ഓപ്പൺ യൂണിവേഴ്സിറ്റികൾ നിങ്ങളെ പോലുള്ളവർക്ക് അനന്തമായ സാദ്ധ്യതകളാണ് തുറന്നിട്ടുള്ളത്. ഫീസില്ലാതെ ഏതറ്റം വരെയും പഠിച്ചു മുന്നേറാം."

സൂപ്പ് കഴിച്ചപ്പോഴേ പോയ വിശപ്പോടെ അവൾ അവിടെ നിന്നിറങ്ങി.

എന്തോ അപരാധം പറഞ്ഞതുപോലെ അയാൾ കണ്ണു മിഴിച്ചു.

ധൃതിയിൽ അയാളും ഒപ്പം എത്തി. കോണിപ്പടിയിറങ്ങുമ്പോൾ രണ്ടു പേരും ഒന്നും സംസാരിച്ചില്ല.

വെയിലിന്റെ കാഠിന്യം തന്നിൽനിന്ന് അകന്നുപോകുന്നത് അവൾ അറിഞ്ഞു. സൂര്യവെളിച്ചത്തിൽ കണ്ണുകൾ വേദനിക്കാതെ ഭാരതി മുന്നോട്ട് നടന്നപ്പോൾ രാമാനുജൻ പിന്നോട്ട് നടന്നു തുടങ്ങി. അവളിലെ അയാളാണിപ്പോൾ അവളെ ഭയത്തോടെ നോക്കുന്നത്. മുരടിച്ചുനിന്ന ജീവിതം തളിർക്കാനും പൂക്കാനും സമയമായെന്നുണ്ടോ?

ഗുണനമരണം

മഞ്ഞുപാളികൾകൊണ്ട് ആകാശവുമായി അതിര് പങ്കിടുന്ന ഭൂമിയിൽനിന്നും ഉയർന്നുവന്നതോ എന്ന് തോന്നുമാറ് നിലകൊള്ളുന്ന മലനിരകളിലേക്ക് നിർന്നിമേഷനായി നോക്കിക്കൊണ്ട് അവൻ നിശ്ശബ്ദനായി നടന്നു.

നടക്കാൻ കഴിയുന്ന സ്ഥിതിയിലായിരുന്നില്ല അവൻ. അടയ്ക്കാമുതലാളി കുഞ്ഞാരായിൻകുട്ടിയുടെ മെതിയടികൊണ്ടുള്ള ചവിട്ടേറ്റ് രണ്ടു തുടകളിലും വലിയ ചതവേറ്റിരുന്നു. കരിനീല നിറമായിരിക്കുന്നു. വശങ്ങളിലെ രക്തചരവി അങ്ങ് ദൂരെ പാറുന്ന രക്തപതാകയെ ഓർമ്മിപ്പിച്ചു. അവൻ ശ്വസിക്കുന്നുണ്ടെന്ന് തോന്നിയിരുന്നില്ല. മുതലാളി ബിരിയാണി ബെയ്ക്കുമ്പോൾ കൈകൾ വിറച്ചിരുന്നത് അവന്റെ ശ്രദ്ധയിൽ പെട്ടിരുന്നു. തന്റെ അധികാരചിഹ്നമായ മാൻകൊമ്പിന്റെ പിടിയുള്ള കത്തി എളിയിൽ നിന്നെടുത്ത് മേശപ്പുറത്ത് കുത്തി നിർത്തിയിരുന്നു.

ഉയരം കൂടി ചെന്നിരോമങ്ങൾ നരച്ചു തുടങ്ങിയ ഒരു അമ്പതുകാരനായിരുന്നു മുതലാളി. അയാളെ പതിവായി എണ്ണയിട്ട് ഉഴിയാൻ വരാറുള്ള പൂവൻപഴം പോലുള്ള ഉണ്ണിച്ചെക്കനോട് അവന് താല്പര്യമുണ്ടായിരുന്നില്ല. അവൻ അയാളെ കാര്യമായി ശ്രദ്ധിച്ചിരുന്നുമില്ല. അവൻ വല്ലപ്പോഴുമേ യജമാനന്റെ മുഖം കണ്ടിരുന്നുള്ളൂ. കാരണം അവൻ അയാളുടെ മുഖത്തേക്ക് നോക്കാറില്ല. മുതലാളിക്ക് ചെമ്പിച്ച കുറ്റിത്തലമുടി വശങ്ങളിലായി ഉണ്ടായിരുന്നു. അയാളുടെ മേൽമീശ ആരോടോ പത്തി മടക്കി ഒട്ടും ദൃഢമല്ലാത്ത വായിൻമുകളിൽ കമിഴ്ന്നുകിടന്നു. അയാളുടെ മുഖം വളരെ കർക്കശമായിരുന്നു. കട്ടികൂടിയ പുരികങ്ങൾ തീക്ഷ്ണമായ കണ്ണുകൾക്കു മേൽ എഴുന്നുനിന്നു.

തന്റെ സേവകനെ സംബന്ധിച്ച് ആദ്യമൊക്കെ നിസ്സാരകാര്യ

ങ്ങൾക്കൊന്നും ബഹളം കൂട്ടാത്ത ഒരു സാധാരണ മുതലാളിയായിരുന്നു അയാൾ. അതുകൊണ്ടുതന്നെ അയാളുടെ അഭീഷ്ടങ്ങൾ തന്റെ ആത്മാവിന്റെ ഉള്ളറകളിലെവിടെയോ മുറിവേല്പിക്കുന്നുണ്ടെന്ന് അവന് തോന്നിത്തുടങ്ങി.

മഴ, വെയിൽ, മഞ്ഞ്, എന്നീ സ്വാഭാവിക പ്രതിഭാസങ്ങൾപോലെ മുതലാളിയുടെ ജോലികളെല്ലാം അവൻ ഭംഗിയായി നിറവേറ്റി. മുതലാളിയാകട്ടെ അവനെ കൂടുതൽ നിരീക്ഷിക്കുകയും വിശ്രമമില്ലാതെ പണിയെടുപ്പിക്കുകയും ചെയ്തു. അവന് യജമാനനോടുള്ള വെറുപ്പ് കൂടി വന്നതിന് ആനുപാതികമായി അയാൾക്ക് അവനിലൂടെ അഭിനിവേശവും വർദ്ധിച്ചുവന്നു. എണ്ണയിട്ട് ഉഴിയുന്ന ഉണ്ണിച്ചെക്കന്റെ അഭാവം അവനെ ഭീതിയിലാഴ്ത്തുകയും ചെയ്തു.

അവൻ നടത്തം അവസാനിപ്പിച്ച് ഒരുവൈക്കോൽ കൂനയിൽച്ചാരി നിന്നശേഷം, വായുവിൽ പലതരം ഗന്ധങ്ങൾ അനുഭവപ്പെടുന്നതായി അവനു തോന്നി. അവൻ തോൾസഞ്ചി തുറന്ന് രക്തംപുരണ്ട മാൻപിടിയുള്ള കത്തി ദൂരേക്ക് വലിച്ചെറിഞ്ഞു. അവൻ വീണ്ടും തളർന്നു കിടന്നു. ആകാശത്ത് വട്ടമിട്ടുപറക്കുന്ന ഒരു പരുന്ത് അവനെ ഭയപ്പെടുത്തി. രക്തം തലയിലേക്ക് ഇരച്ചു കയറുന്നതുപോലെ അവനു തോന്നി. എന്നാൽ അവന് അനങ്ങാൻ കഴിഞ്ഞില്ല. ഒരിക്കലും ഉണർവ്വില്ലാത്ത നീണ്ട ഉറക്കത്തിലേക്ക് അവൻ കൂപ്പുകുത്തിയപ്പോൾ ഏകദേശം രണ്ടായിരംപേർ പങ്കെടുത്ത വലിയൊരു മയ്യത്ത് നിസ്കാരം വലിയങ്ങാടി പള്ളിയിലും ആരംഭിച്ചു. അവന്റെ മൂക്കിൽനിന്നും ഒഴുകിയ കറുത്ത രക്തച്ചാലുകളിലൂടെ ഉറുമ്പുകളുടെ നീണ്ട നിര ആദരാഞ്ജലി അർപ്പിച്ചു നീങ്ങിയിരുന്നു.

വേരുകൾ തേടി

വർഷങ്ങളായി ചിതലരിക്കാൻ തുടങ്ങിയ എന്റെ വീടിന്റെ കഴുക്കോലും പട്ടികയും മാറ്റി പുതിയവ ആണിയടിച്ചുറപ്പിക്കുകയായിരുന്നു ലീലാമ്മച്ചേച്ചിയുടെ മകൻ സണ്ണി. “സ്വതവേ തന്നെ ഇരുണ്ട മുഖമുള്ള നമ്മുടെ വീട് ഒന്നുകൂടി ഇരുണ്ടു.” അമ്മ അങ്ങനെ പറയാനുണ്ടായ കാരണം നന്നായി മനസ്സിലായെങ്കിലും ഇപ്പോഴത്തെ പരിസ്ഥിതിയിൽ ആ വീട് പുതുക്കിപ്പണിയാനൊന്നും പറ്റില്ല. പിന്നെ വല്ലപ്പോഴുമല്ലേ ഒരൊത്തുചേരലുള്ളൂ. അപ്പോൾ പഴയതെല്ലാം കൊത്തിക്കിളച്ച് മറിക്കാൻ ഇതുപോലൊരിടം വേറെയില്ല. ഒരു ഭംഗിവാക്കായി ഇത്രയൊക്കെ പറയാമെങ്കിലും സത്യം പറഞ്ഞാൽ അതിനെക്കുറിച്ചൊന്നും ഞാൻ ചിന്തിച്ചില്ലായിരുന്നു.

കുറച്ചൊക്കെ പഠിച്ചു ഒരുദ്യോഗവും കിട്ടി. എന്നിട്ടും കടമകൾ മാത്രം ബാക്കിയാവുന്നു. ഒന്നും ചെയ്യാൻ കഴിഞ്ഞില്ലല്ലോ. ചെയ്തത് മുഴുവൻ അബദ്ധങ്ങളാണല്ലോ എന്നൊക്കെയുള്ള തിരിച്ചറിവ് ഇരുട്ടിൻ കഷണം സമ്മാനിച്ച പുരസ്കാരം പോലെ. ഞങ്ങളെ മാത്രമല്ല എന്റെ രണ്ട് പെൺമക്കളെയും വളർത്തി വലുതാക്കിയ അമ്മ വല്ലാതെ കൂനിയായിരിക്കുന്നു. തള്ളവിരലിൽ കണ്ട വലിയ തുണിക്കെട്ടും മുള്ളാണി പാഞ്ഞുകയറിയ ചെറിയ പാദവും എന്നെ നൊമ്പരപ്പെടുത്തി. ചെന്നുകയറിയ നിമിഷം മുതൽ അമ്മയുടെ മുമ്പിൽ ചെറുതായിക്കൊണ്ടിരിക്കുകയാണല്ലോ. ഞാൻ കാണാതിരുന്ന നിമിഷങ്ങളിലും ഇത്തരം മുറിവുകളാണല്ലോ അമ്മയ്ക്ക് കൂട്ടായിരുന്നിട്ടുള്ളത്. എന്നു മുതലാണ് അമ്മയെപ്പറ്റി ഇങ്ങനെ ഓർക്കാൻ തുടങ്ങിയത്. അമ്മയില്ലെങ്കിൽ എന്റെ ജീവിതത്തിനുണ്ടാകാൻ പോകുന്ന ശൂന്യതയെപ്പറ്റി ഒരുതരം താഴ്ന്ന ആവൃത്തിയിൽ ഞാനിങ്ങനെ ആലോചിക്കാൻ തുടങ്ങിയതും. അതിന്റെയെല്ലാം തുടർച്ചയാവാം

ഇപ്പോഴത്തെ അരക്ഷിതാവസ്ഥ.

ചിതലും പൊടിയും കരിഓയിലും വീണ് ആകെ വൃത്തികേടായ വാതിൽ തുറന്നുതന്നപ്പോൾ പതിവുപോലെ ക്ഷീണിച്ച ഒരു പുഞ്ചിരിയല്ലായിരുന്നു അമ്മയുടെ മുഖത്ത്. വീടണഞ്ഞ ആശ്വാസം എനിക്കും സഹായത്തിനൊരാൾ എത്തിയെന്ന ആശ്വാസം അമ്മയുടെ മുഖത്തും സ്പഷ്ടമായിരുന്നു. ഞാൻ ചായ്പിൽച്ചെന്ന് പതിവുപോലെ വാച്ചും ഹെയർപിന്നും അഴിച്ചുവെച്ചു. ശ്വാസം അയച്ചുവിട്ടശേഷം പുറത്തെ കുളിമുറിയിലേക്ക് നടന്നു. അലമാരയിൽനിന്നും അമ്മ എടുത്തുതന്ന നീണ്ടയുടുപ്പിന് മാസങ്ങളായി വെറുതെ ഇരുന്നതിന്റെ മടി നിറഞ്ഞ പൂപ്പൽമണം.

ഉച്ചഭക്ഷണത്തിനായി ആശാരിമാർ താഴേക്കിറങ്ങി അവരുടെ പതിവ് കുശലങ്ങൾ ആവർത്തിക്കുമ്പോഴും ഞാനാലോചിച്ചു. എത്ര ആണികൾ കൂട്ടത്തോടെ പാഞ്ഞുകയറിയിട്ടാണ് ഒരു മേല്ക്കൂര രൂപപ്പെടുന്നത്. അടിച്ചേല്പിക്കാൻ ശകലം ബുദ്ധിമുട്ടുള്ള പണിതന്നെയാണ്. പണ്ടൊക്കെ അമ്മ അടിച്ചേല്പിക്കുന്ന ഉത്തരവാദിത്വങ്ങൾ ഡ്രാക്കുളയുടെ രൂപം പൂണ്ട് ഭയപ്പെടുത്തുമായിരുന്നു. പിന്നെ തിരിച്ച് അമ്മയെ പേടിപ്പിക്കലായി പണി. മകൾ വളർന്ന് ഇതേ പെരുമാറ്റം ആവർത്തിച്ചപ്പോഴാണ് മുഴുത്ത തിരിച്ചറിവ് വീണ്ടും ഉണ്ടാകുന്നത്.

കഴിഞ്ഞ പത്തുവർഷക്കാലം എത്ര വലിയ കോലാഹലമാണ് ഞങ്ങളുടെ വീട്ടിൽ സൃഷ്ടിച്ചത്. എന്റെയും ചേച്ചിയുടെയും വിവാഹം. അച്ഛന്റെ മരണം. എല്ലാംകൊണ്ടും ഒറ്റപ്പെട്ട അമ്മ ഒരു നിമിഷംപോലും മടിപിടിച്ചിരിക്കാതെ വീടും ചുറ്റുപാടും കൃഷിപ്പണിയും പശുപരിപാലനവും എല്ലാം കൃത്യമായി കൊണ്ടുനടന്നു. ഞങ്ങളെപ്പോലും അന്ധാളിപ്പിച്ചുകൊണ്ട്. മുമ്പൊക്കെ എത്രയോ തവണ ഞാൻ അമ്മയെ ഒഴിവാക്കുകയും വാക്കുകൾകൊണ്ട് വേദനിപ്പിക്കുകയും ചെയ്തിട്ടുണ്ട്. എന്നിട്ടും ചേച്ചിക്ക് കൊടുക്കുന്നതിനേക്കാളേറെ സ്നേഹവും സഹായവും അമ്മ എനിക്ക് ചെയ്തുകൊണ്ടിരുന്നു.

വളരെ നാളുകൾ കൂടി വീട്ടിലെത്തിയതുകൊണ്ടാവും അവശേഷിച്ച ജോലികൾകൂടി തീർത്ത് ഞാൻ ചിറ്റമ്മയേയും മേരിച്ചേച്ചിയേയും ശ്യാമളച്ചേച്ചിയേയും ആയിഷാത്തയേയും കാണാൻ പുറത്തേക്കിറങ്ങി. എല്ലാവരും വല്ലാതെ ക്ഷീണിച്ചിരിക്കുന്നു. മഞ്ഞുകാലത്തിന്റെ രോഗപീഡകളും രാപ്പകലില്ലാത്ത അദ്ധ്വാനവും അവരെയെല്ലാം വല്ലാതെ ഉലച്ചിരിക്കുന്നു. മേരിച്ചേച്ചിയുടെ മൂന്ന് എരുമകളും ചവച്ചുകൊണ്ടെന്നെ തുറിച്ചുനോക്കിക്കൊണ്ടിരുന്നു. എല്ലാ കുശലങ്ങളും പറഞ്ഞുതീർത്ത് വീടകം പൂകിയപ്പോഴേക്കും അമ്മ ശരിക്കും മുഖം കറുപ്പിച്ചു. "ഇനി എത്രനാൾ കഴിഞ്ഞാണ് ഒന്ന് വരിക. അവരെയൊക്കെ കാണാനും കൂടിയല്ലേ എന്റെയീ വരവ്." ഉത്തരം പറയാതെ ഉത്തരത്തിൽ നോക്കുകയായിരുന്നു അമ്മ. അച്ഛന്റെ ലൈബ്രറിയാകെ മെനക്കേടായിരിക്കുന്നു. അരനൂറ്റാണ്ടെങ്കിലും പഴക്കമുള്ള പുസ്തകങ്ങൾ ആഴത്തിൽ സ്വയം പരിചയപ്പെടുത്തുംപോലെ

തോന്നി. പരിചയമില്ലായ്മയാണ് പലപ്പോഴും കൊടിയ വേദനയുടെ കൊടിയിടുന്നത്. ഞാനാലോചിച്ചു. ചിലപ്പോഴൊക്കെ ഉണ്ടാകാറുള്ള ആലോചനാ പ്രതിസന്ധികളിൽ ടോണി എന്നോട് അടുപ്പമില്ലാത്ത മട്ടിലാവും സംസാരിക്കുക. കണ്ണുകളിൽപോലും അപരിചിതത്വം നിറച്ച് ഒന്ന് അടുത്തുവന്നിരുന്ന് നേർത്ത ശബ്ദത്തിൽ ഒരു പോംവഴി പറഞ്ഞ് തന്നുകൂടേ ഈ ശുംഭൻ ടോണി എന്ന് എത്രവട്ടം വിചാരിച്ചിരിക്കുന്നു. ഉത്തരമില്ലായ്മയുടെ ആ വലിയ കിടങ്ങിൽ താൻ എത്ര കിടന്ന് അലറിയിട്ടും ആര് കേൾക്കാൻ.

പണ്ടെന്നോ അമ്മ നെയ്തുവെച്ചിരുന്ന മെത്തപ്പായിൽ ഞാൻ മലർന്നുകിടന്നു. ചുളിവുകളെ സ്വാഗതം ചെയ്യാൻ തയ്യാറാവുന്ന നേർത്ത തൊലിപ്പുറങ്ങളിൽ പായയുടെ കാർക്കശ്യംകൂടി. ഞാനെടുത്തണിഞ്ഞിരിക്കുന്ന കുറുമ്പിന്റെ അതിർവരമ്പിന് കട്ടികൂടി.

"അമ്മാ– ടോണിയോട് പിണങ്ങിയാണ് ഞാൻ വന്നിരിക്കുന്നത്." അച്ഛന്റെ ഫോട്ടോ വൃത്തിയായി തുടച്ചുകൊണ്ടുതന്നെ അമ്മ മുഖം ചുളിക്കുന്നത് കണ്ണടച്ചുകിടന്നുകൊണ്ട് എനിക്ക് തിരിച്ചറിയാം.

"വീണ്ടും തുടങ്ങിയോ?" അതാണ് അറിഞ്ഞുകൊണ്ട് സൃഷ്ടിച്ച അപരിചിതത്വം. അല്പംകൂടി ക്ഷമിച്ചിരുന്നെങ്കിൽ എനിക്ക് ടോണിയോടൊത്ത് പോരാമായിരുന്നു. പക്ഷേ, ഒന്നിച്ച് പോകാമെന്ന് ടോണി പറഞ്ഞതുമില്ല. നിന്റെ വരവും പോക്കും എന്നെ ബാധിക്കുന്ന സംഗതിയല്ല എന്ന മട്ടിലുള്ള ഒരുനോട്ടം. രണ്ട് ദിവസം ഭാര്യ വിട്ടുനിന്നാൽ സ്വർഗ്ഗം കിട്ടി എന്ന മട്ടിലുള്ള ആഹ്ലാദം.

വിവാഹിതയായി ടോണിയോടൊപ്പം ഓരോരോ രാജ്യങ്ങളിൽ മാറി മാറി സഞ്ചരിക്കുമ്പോൾ അമ്മയുടെ ഫോൺ പലപ്പോഴും അരോചകമായി തോന്നിയിട്ടുണ്ട്. എപ്പോഴും ആ പഴയ വീടിനെപ്പറ്റി പറയാനേ അമ്മയ്ക്ക് നേരമുള്ളൂ. കിഴക്കുവശത്തെ വളഞ്ഞതെങ്ങിന് കമ്പിയിടേണ്ടതും ഇലഞ്ഞിമരത്തിന്റെ വലിയ കമ്പുകൾ വൈദ്യുതി വകുപ്പിലെ ജീവനക്കാർ വെട്ടി താഴെയിട്ടതും, രജനിയുടെ ആട് പെറ്റതും കുട്ടി ചത്തതും. അന്നൊക്കെ ഫോൺ വെക്കാനായിരുന്നു ധൃതി. എന്നാൽ കഴിഞ്ഞ കുറേ വർഷങ്ങളായി അമ്മയെ പരിച്ഛേദിച്ചറിയുംപോലെ തോന്നുന്നു. അമ്മ വാതിലിനടിയിൽ പതുങ്ങുംപോലെ അടുക്കളയിലും തോട്ടത്തിലും ഒതുങ്ങുംപോലെ ഞാനും എവിടെയോ പുതയുന്നുണ്ട്. എന്തിന് അമ്മയുടെ കൂനിയുള്ള ഇരിപ്പുപോലും എന്നെ ആവേശിച്ചിരിക്കുന്നു.

പണ്ടൊക്കെ അടുക്കളയിലേക്ക് കയറാൻ തന്നെ മടിയായിരുന്നു. കുറച്ചുകഴിഞ്ഞാൽ 'അടുക്കളയിൽ തന്നെയാവും ജീവിതം അതുവരെ സുഖമായിട്ടിരുന്നോളൂ' എന്നൊരു ആശീർവ്വാദവും അമ്മയുടെ വകയായി ഉണ്ടാവാറുണ്ട്. എത്രപെട്ടെന്നാണ് ഒരു പെണ്ണിന്റെ ജീവിതം കീഴ്മേൽമറിയുന്നത്. പൊട്ടിത്തെറിക്കാനാഗ്രഹിച്ചിട്ടും അതിനും കഴിയാതെ ബന്ധങ്ങളുടെ അസാന്നിദ്ധ്യത്തിൽ ഒരു കൂട്ടുതേടി... ഒരു കേൾവി

സുഖം തേടി.. മുറിഞ്ഞതിനെ കൂട്ടിയോജിപ്പിക്കുന്ന ഒരു മുറികൂട്ടിയെ തേടി... വിറച്ചുകൊണ്ട് ധ്യാനിക്കുന്ന ഒരു പുൽച്ചാടിയായി മഞ്ഞുകാലം മുഴുവനും വെറുതെ കളയാൻ വിധിക്കപ്പെട്ട് ഇങ്ങനെ കഴിഞ്ഞുകൂടുക. മുത്തശ്ശി അഴുകിവീണ ചുമതലാബോധങ്ങളുടെ പടുകുഴിയിൽ ത്യാഗങ്ങളുടെ ശവപ്പറമ്പിൽ അമ്മയും. അതിന്റെ പിന്നാലെ ഞാനും വീണുകഴിഞ്ഞിരിക്കുന്നു. അടുത്ത ഊഴം മകളുടേതല്ലേ. മുറിക്കപ്പെടാത്ത ശിഖരങ്ങളുമായി ജീവിക്കുന്ന മകൾ അധികം വൈകാതെ ഇത്തരം ജീവിതത്തിന്റെ താളക്രമം പാലിക്കുമെന്ന ഉറച്ചവിശ്വാസം താൻ നേരത്തെ നേടിക്കഴിഞ്ഞിരിക്കുന്നു.

വീടിനുമുകളിൽ ചന്ദ്രൻ ചിരിതൂകി നില്ക്കുന്നു. ഏതാനും നക്ഷത്രങ്ങൾ എന്തോ കുശുമ്പു പറഞ്ഞ് അകന്നു നില്ക്കുകയാണ്. അമ്മ അടുത്തു വന്നു കിടന്നതറിഞ്ഞു. ചിലപ്പോഴൊക്കെ ഒരു പഴന്തുണിയുടെ ഇഴയടുപ്പം മാത്രമായി അമ്മ. അമ്മ ഒന്നു കിടന്നുപോയാൽ ആരാണ് ഉണ്ടാവുക? ഞാനോ ചേച്ചിയോ എത്രനാൾ ഉണ്ടാവും അമ്മയുടെ സുഖവിവരം അന്വേഷിക്കുവാൻ. കണ്ണിന്റെ ഓപ്പറേഷൻ പോലും നീട്ടിവെക്കുന്നത് അതുകൊണ്ടൊക്കെ തന്നെയാവും. ഇപ്പോൾ ഞങ്ങൾക്കിടയിൽ ശരിക്കും ഇരുട്ടാണ്.

മരണത്തെക്കുറിച്ചായാലും ജീവിതത്തെക്കുറിച്ചായാലും മേല്ക്കൂരയില്ലാത്ത വീടിനു താഴെയുള്ള ഈ കിടപ്പിനായാലും അബോധത്തിൽ ഒരാശങ്കയുമില്ല. അമ്മയുടെ മുഖം ഞാൻ ഇരുട്ടിൽ സങ്കല്പിച്ചു. ഞാൻ ശരിക്കും കരഞ്ഞുപോയി. സങ്കടങ്ങൾ മാത്രം നിറഞ്ഞ ഒരു മുഖം ആകാശത്ത്- അതുപോലൊന്ന് താഴേയും. കാലം വരുത്തിയ മാറ്റം. കാലത്തിന്റെ മുഖം സ്പർശിക്കുക എന്നത് എന്തൊരു വല്ലാത്ത അനുഭവമാണ്. ഇന്ന് ഈ നിമിഷംവരെ ഞാൻ കാലത്തെ സ്പർശിച്ചു എന്നൊരു വിശ്വാസം എന്നിൽ വേരോടിയിരിക്കുന്നു. വേരുകളുടെ ഒരു പടലം. അവ ശിഖരങ്ങളുടെ ഊർജ്ജദായിനികളാവുന്നു. പിന്നെ കൊഴിഞ്ഞ ഇലകളുടെ ശ്മശാനഭൂമിയും.

ഉപദംശം

നമ്മളൊരിക്കലും വേഗത്തെക്കുറിച്ച് ബോധവാന്മാരാകരുതെന്നാണ് നിത്യാനന്ദൻ മാഷിന്റെ വ്യക്തിപരമായ അഭിപ്രായം.

ഒരേ സമയം അത്ഭുതവും ആനന്ദവും ഒന്നിച്ചനുഭവിക്കുന്നതായിരുന്നു അന്നത്തെ അഞ്ചാം പിരീഡ്. ഇലകളിലെ സിരാവിന്യാസത്തെക്കുറിച്ച് പറയുന്നതിനിടയിലാണ് ഒന്നുരണ്ടാളുകൾ കാണാൻ വന്നിരിക്കുന്നു എന്ന അറിയിപ്പു കിട്ടുന്നത്. ആകാംക്ഷയോടെ സ്റ്റാഫ് റൂമിൽ എത്തിയപ്പോഴാണ് സംസ്ഥാന തല സംഘടനാ നേതാക്കളാണ് വന്നിരുന്നതെന്ന് ബോദ്ധ്യമായത്. ഇത്രയും വർത്തമാന കാലം – ഭൂതം. അവിടെ കിടക്കട്ടെ. ഭാവിയെ കൈപ്പിടിയിലൊതുക്കാനുള്ള ചെറിയ തവളച്ചാട്ടം പോലെ വേഗം നീങ്ങുന്ന നിമിഷങ്ങൾ, മാപ്പുസാക്ഷികൾ!

ഏതാനും സെക്കന്റുകൾകൊണ്ട് അവർ പണപ്പിരിവിന് എത്തിയതാവാമെന്ന ചിന്ത മാഷിനെ പെട്ടെന്ന് മറികടന്നു. പൂർവ്വികരായ അദ്ധ്യാപകരിൽനിന്ന് പാരമ്പര്യമായി കിട്ടിയതായിരുന്നു അത്. അതിലല്പം അഭിമാനം തോന്നുകയും ചെയ്തു. ഡിഷ് ടി വി പോലുള്ള തലയും ഊശാൻ താടിയുമുള്ള ചന്ദ്രൻ മാഷ് ചാന്ദ്രയാൻ ദൗത്യത്തിനും സ്വപ്നസഞ്ചാരത്തിനും കൂടി പോയപോലെയാണ് കസേരയിൽ അങ്ങോട്ടുപറയും മുമ്പേ, ഗേറ്റ് തുറക്കും പോലുള്ള ശബ്ദത്തിൽ ശ്രീനിവാസൻ മാഷ് ആഗതരെ പരിചയപ്പെടുത്തി. ദീർഘമായ വാചകക്കസർത്തിനുശേഷം ശ്വാസം കിട്ടാതെ ആസ്ത്മാ രോഗിയെപ്പോലെ വിഷമിക്കുകയും വിഷമിപ്പിക്കുകയും ചെയ്തു.

മുപ്പത്തഞ്ചു വർഷത്തെ ജീവിതത്തിനിടയിൽ ഇന്നേവരെ കേൾക്കാത്ത, കാണാത്ത വർത്താനം ഇന്നു കേട്ടു. ബോധത്തിനും അബോധത്തിനും ഇടയിൽ മറ്റൊരു ഉണർവ്വ് സജീവമായതോടെ അതിന് സമയ

കാലങ്ങളുമായി ബന്ധമില്ലെന്ന് തോന്നി.

"അപ്പോൾ പതിനേഴാം തീയതി രാവിലെ 10 മണി. ഞായറാഴ്ച യാണ് മറക്കണ്ട." പരുത്തിക്കാടൻ മാഷാണ് വീണ്ടും ഓർമ്മപ്പെടുത്തി യാത്ര പറഞ്ഞത്.

കളക്ടറേറ്റ് ധർണ്ണയെക്കുറിച്ചു പറഞ്ഞുകൊണ്ടാണ് ശ്രീനിവാസൻ മാഷ് സംസാരിച്ചു തുടങ്ങിയത്. ലോഭമില്ലാതെ സി ബി എസ് ഇ സ്കൂളുകൾ അനുവദിച്ചാൽ പൊതുമേഖലയിൽ വരുന്ന അപചയത്തെക്കുറിച്ചും ജോലി നഷ്ടപ്പെടുന്ന അദ്ധ്യാപകരെപ്പറ്റിയും അതു നീണ്ടു. കൊച്ചുകുട്ടികളെ പഠിപ്പിക്കുംപോലെയാണ് അദ്ദേഹം വിഷയം അവതരിപ്പിച്ചത്. ആ വിഷയം വല്ലാതെ പോസ്റ്റുമോർട്ടം നടത്താതെ വേഗം സംസ്കരിക്കുവാനും അദ്ദേഹം തയ്യാറായി. ഈയിടെയായി അദ്ദേഹത്തിന്റെ ചിന്തകൾക്കും വല്ലാതെ നര കയറുവാൻ തുടങ്ങിയിരിക്കുന്നു.

ദേശീയ അവാർഡ് കരസ്ഥമാക്കിയ പിള്ളസാറിനൊപ്പം ചിലരെക്കൂടി സംഘടന ആദരിക്കുന്നു. അതിൽ നിത്യാനന്ദന്റെ പേരെങ്ങനെ കടന്നുകൂടി. കള്ളപ്പണത്തിനെതിരെയുള്ള സന്ന്യാസിസമരം പോലെ എന്തൊക്കെയോ കാട്ടിക്കൂട്ടി. അവസാനം അപഹാസ്യമായൊരു മുഖം മൂടി സ്വയം ധരിച്ചുകൊണ്ട്, സമാധാനിച്ചു–നിത്യാനന്ദൻ മാഷ്. എന്നിട്ടും അതിന്റെ യുക്തി പിടികിട്ടാതെ ഒന്നുകൂടി പിടഞ്ഞു. സർക്കാർ ഉത്തരവ് മരവിപ്പിക്കാനുള്ള വിഫലശ്രമം പോലെ അതെങ്ങും എത്തിയതുമില്ല. ഈയിടെയായി ഒരു മതിഭ്രമം പോലെ പ്രേതനഗരക്കാഴ്ചകൾ മാത്രം... *പെഡ്രോപരാമ* വായിക്കേണ്ടിയിരുന്നില്ല. പരുത്തിക്കാടൻ സാറിനെ ഇന്നും ഇന്നലെയും കാണാൻ തുടങ്ങിയതല്ല. എംപ്ലോയീസ് ഫെഡറേഷന്റെ ഒരു യോഗത്തിൽ വെച്ചാണ് ആദ്യം കണ്ടതെന്നു തോന്നുന്നു. നിസ്സംഗതയുടെ ആൾരൂപം. നാവിനു മാത്രം തോക്കിന്റെ ശക്തി. ഇടയ്ക്കിടെയുള്ള മുഷ്ടിചുരുട്ടലിൽ പോലും സനാദിയായ ഏതോ കാലഘട്ടത്തിന്റെ വീരസ്മരണ. അദ്ധ്യക്ഷനായ ഏരിയാ സെക്രട്ടറി പരിചയപ്പെടുത്തിയപ്പോഴാണ് ട്രേഡ് യൂണിയൻ രംഗത്തുള്ള അദ്ദേഹത്തിന്റെ പ്രവർത്തനമികവ് ബോദ്ധ്യപ്പെട്ടത്. എന്തായാലും ഇവരൊക്കെത്തന്നെ നേരിട്ടുവന്നു ക്ഷണിച്ചതിൽ വലിയ സന്തോഷം തോന്നിയ മാഷ് അന്നേരം പുത്തൻ സാമ്പത്തികനയങ്ങളുടെ പ്രത്യാഘാതങ്ങളെക്കുറിച്ചോ ഇലകളുടെ സിരാവിന്യാസത്തെക്കുറിച്ചോ ഒന്നും ചിന്തിച്ചില്ല.

തെല്ലൊന്നഭിവൃദ്ധിപ്പെട്ട ഞായറാഴ്ച പുലരി പതിവില്ലാത്ത ചിരിയുമായി ബഹുമാനത്തോടെ പതുങ്ങിനിന്നു. കുഞ്ഞാമിന കൊണ്ടുവന്ന പാൽക്കുപ്പിപോലും വീടിനുള്ളിലേക്കു വെക്കാതെ, വാതിൽ പൂട്ടാതെ നിത്യാനന്ദൻ മാഷ് സ്വീകരണ ഹാൾ ലക്ഷ്യമാക്കി നടന്നു. പരിചയമുള്ളവരും അല്ലാത്തവരുമായ ധാരാളം ആളുകൾ സന്നിഹിതരായിരുന്നു. മാഷ് അവരെയാണോ അവർ മാഷിനെയാണോ സ്വീകരിച്ചാനയിച്ചത്. രണ്ടായാലും ഒട്ടും മോശമായില്ല. ഒന്നു രണ്ട് പുസ്തകപ്രസാധകരും വന്നിട്ടുണ്ടായിരുന്നു. അതിലൊരാളെ വ്യക്തിപരമായി അറിയുകയും

ചെയ്യും. അയാൾ അഞ്ചാറുപേർ കേൾക്കെ ഉറക്കെ പറഞ്ഞു. "നിത്യാനന്ദൻ മാഷിന്റെ കഥകളൊക്കെ ഒന്നുവായിക്കണം. അതിലെ വരികൾക്കിടയിലെ മൗനം, ജീവിതത്തിന്റെ ഉൾക്കാഴ്ച, ഒക്കെ ചർച്ച ചെയ്യപ്പെടേണ്ടതാണ്."

ആശ്ചര്യകരമായ രീതിയിലാണ് കഥാതന്തുവിന്റെ വളർച്ച. ഒരു താമര നൂലുപോലെ അതങ്ങനെ നീണ്ടപ്പോൾ കേൾവിക്കാർ സ്വയം പിരിഞ്ഞു പോവുകയും ചെയ്തു.

ദേശീയ അദ്ധ്യാപക അവാർഡ് ജേതാവ്, ഫോക്‌ലോർ അവാർഡ് ജേതാവ്, സാഹിത്യപ്രതിഭകൾ– വേദിയിൽ നിരന്നിരിക്കുന്നു. പുറകിലെ വരിയിലെ ഇരിപ്പിടത്തിൽ തെല്ലൊരസ്വസ്ഥതയോടെ നിത്യാനന്ദൻ മാഷ് ചെന്നിരുന്നു. കുറേ ചോദ്യങ്ങൾ വിഷപ്പാമ്പിനെപ്പോലെ തല നീട്ടിയത്, മരണത്തിലേക്കുള്ള ദൂരം വളരെ അടുത്തായതുകൊണ്ടാ മരണാനന്തര ജീവിത ചിന്തകൾക്ക് പ്രസക്തിയുണ്ടെന്ന്, ആരോ ഒരാൾ പ്രസംഗിച്ചപ്പോഴാണ് അയാളുടെ വാക്കുകൾ രൂക്ഷമാവുകയാണ്. വെറുതെ കേട്ടിരുന്നു. സദസ്സിലുള്ള ഒരാളുടെ വിരലുകൾ പാന്റ്സിന്റെ കീശയിൽ വെറുതെ പരതുന്നതും അയാൾ നെടുവീർപ്പിടുന്നതും കണ്ടു.

ശശിധരൻ മാഷാണ് റിപ്പോർട്ട് അവതരിപ്പിച്ചത്. ഇക്കുറി കഠിന സൈദ്ധാന്തിക പദങ്ങൾ മാഷ് ഒഴിവാക്കിയിരുന്നു. ഇത്തരം ഒരു നീക്കം സൃഷ്ടിക്കുന്ന ആശയപരമായ ജീർണ്ണത എന്താണെന്നു വെച്ചാൽ ഇന്ത്യ ഇന്നു നേരിടുന്ന അഴിമതി രാഷ്ട്രീയത്തിന് നമ്മളും വഴിപ്പെടുന്നു എന്നതുതന്നെയാണ്. ശശിധരൻ മാഷിന്റെ ഒച്ച ഉയർന്നു. "ഭക്ഷണം വന്നോ എന്നു നോക്കട്ടെ" എന്നുപറഞ്ഞ് പരുത്തിക്കാടൻ പുറത്തേക്കിറങ്ങി.

"സെക്രട്ടറിക്ക് ഒന്നും പറയാനില്ലേ?" ബഷീർ മാഷ് ഒന്നിളകിയിരുന്നു. "താത്ത്വികമായി നോക്കിയാൽ" അദ്ദേഹം പറഞ്ഞു തുടങ്ങും മുമ്പ് മെമ്പർ സുരേഷ് ചാടിവീണു. "താത്ത്വികമായിട്ട് ഒന്നും ഇവിടെ വേണ്ട. പ്രായോഗികമായി എന്തു ചെയ്യാൻ പറ്റും? അതാദ്യം പറയൂ." സെക്രട്ടറി മിനിറ്റ്സ് ബുക്കെടുത്ത് എല്ലാം രേഖപ്പെടുത്താൻ തുടങ്ങി. പങ്കെടുത്തവർ എന്നതിനു താഴെ പേരെഴുതി ഒപ്പിടുമ്പോൾ നിത്യാനന്ദൻ സ്വീകരണയോഗം എപ്പോഴാണെന്ന് പതിയെ ഉറക്കെ മനസ്സിൽ ചിന്തിച്ചു. ആരുടെയോ നിലവിളികൾ കാതിൽ മുഴങ്ങും പോലെ. നിമിഷങ്ങൾക്കു പുറകെ ഒരു തത്ത്വജ്ഞാനിയെപ്പോലെ മരണം കടന്നുവരുന്നു. എല്ലാവരും കറുത്ത ബാഡ്ജ് ധരിച്ചിട്ടുണ്ട്. വിലാപയാത്ര തുടങ്ങുന്നത് ഒരുപക്ഷേ, ഇവിടെ നിന്നുതന്നെയായിരിക്കാം. തലയൊന്നു കുടഞ്ഞ് നിത്യാനന്ദൻ മാഷ് സീറ്റിൽ ഒന്നിളകിയിരുന്നു. ഇപ്പോൾ വിചാരങ്ങളുടെ ആ വലിയ താക്കോൽ കൈപ്പിടിയിൽ ഭദ്രം. ഇരയെ കാത്തിരിക്കുന്നവൻ? അല്ല. ഇരയുടെ വായിലകപ്പെട്ടിട്ടും ഇരതേടിക്കൊണ്ടിരിക്കുന്നവൻ. ചക്ഷുശ്രവണഗളസ്ഥമാം ദർദ്ദുരം... വ്യത്യസ്തമായ ഒരർത്ഥത്തിൽ ഇങ്ങനെയൊരു വിശേഷണം തനിക്കു ചേരുന്നുണ്ടോ?

അഞ്ചുമിനിറ്റു കൂടി നീളുമായിരിക്കും ആശംസാപ്രസംഗം. അതു

കഴിഞ്ഞാൽ മറുമൊഴിക്കു വിളിക്കുമായിരിക്കും. ഇല്ല, ആരും വിളിക്കുന്നതേ ഇല്ല. ഉപഹാര സമർപ്പണവും കഴിഞ്ഞു. അപകടസ്ഥലത്തു കിടക്കുന്ന തകർന്ന വിമാനം പോലെ നിത്യാനന്ദൻ മാഷ് പുകഞ്ഞിരുന്നു. മാഷിന്റെ നോട്ടം ഇരുട്ടുപോലെ മറ്റു മനുഷ്യരേയും കടന്ന് പുറത്തേക്ക് നീണ്ടപ്പോൾ അവസാനശ്വാസവും അനാഥമായി.

ക്രിയാത്മകം

തുമ്പികൾ താഴ്ന്നു പറക്കുന്ന നനവുള്ള നട്ടുച്ചയിൽ പുളിമരത്തിൽ പടർന്ന മുല്ലവള്ളികൾ മാത്രം അപ്പോഴും പെയ്യുന്നുണ്ടായിരുന്നു. ഗ്രാമത്തിലെ തന്റെ വീടും പുറകിലെ താമരക്കുളവും ഇടവഴി കയറിയാലുള്ള പാടശേഖരങ്ങളും കമുകിൻ തണുപ്പുമെല്ലാം ഞൊടിയിടകൊണ്ട് 'ചന്ദ്രികയെ' തൊട്ടുതഴുകി കടന്നുപോയി. പ്ലാവില കുത്തിയെടുക്കാൻ വരുന്ന പൊട്ടൻ ചെക്കന്റെ മഞ്ഞച്ചിരിയും കൈയിലെ കമ്പിയുടെ കൂർത്ത അറ്റവും അവളെ വീണ്ടും നോവിച്ചു.

'ഒന്നുമുറുക്കാൻ വേണം കമലേ' എന്നുപറഞ്ഞുകൊണ്ട് അമ്മയെ അന്വേഷിക്കുന്ന ഭ്രാന്തിത്തള്ള– അവൾ ജീവനോളം സ്നേഹിച്ചിരുന്ന പ്രിയഭർത്താവ് രണ്ടാമതൊരുത്തിയെ കുടിയിരുത്തിയപ്പോഴും സമനില തെറ്റിപ്പോയ ഒരു സ്നേഹമയി. എന്തൊരു തിളക്കമാണിപ്പോഴും അവരുടെ കണ്ണുകൾക്ക്. "മാധവേട്ടൻ വരും. വരുമ്പോ ഒരുചാക്ക് അരീം അതിനൊത്ത പലവ്യഞ്ജനോം കറിക്കൂട്ടങ്ങളും ഒക്കെണ്ടാവും. അവള് കണ്ടാൽ ഒരു വക കിട്ടില്ല. വേഗം ചെല്ലണം. കള്ളക്കൂട്ടങ്ങള് ഒക്കെ പൊളിച്ചടുക്കും." ഉടുമുണ്ട് അരയിൽനിന്ന് ഊർന്നു പോയതുകൂടി ശ്രദ്ധിക്കാതെ, ഇടിഞ്ഞ പടവുകൾ താണ്ടി അപ്പുറത്തെ പറമ്പിലെ വേലി ചാടി ഓടി മറയുന്ന മാധവേട്ടന്റെ തിരിച്ചുവരവ് ഉള്ളിൽ പേറുന്ന ആ ഭ്രാന്തിത്തള്ളയെ കൺമുന്നിൽ അവൾക്കു കാണുവാൻ സാധിച്ചു.

അയാളുടെ അവസ്ഥ നേരെ തിരിച്ചായിരുന്നു. ഇത്തരം നന്മകളൊന്നും വളരെ നാളുകളായി തന്റെ മലിനഹൃദയത്തിൽ കൂടുകൂട്ടാറില്ലായിരുന്നു എന്നതും വേദനയോടെ ഓർക്കേണ്ടി വന്നു. ഇന്നു നിറഞ്ഞ ഈ നൈർമ്മല്യം അയാളെ മുഗ്ദ്ധചിത്തനാക്കി. സാക്ഷാൽക്കരിച്ച മോഹങ്ങൾ ചിലരുടെ ജീവിതത്തെയെങ്കിലും നിത്യനരകമാക്കുന്നുണ്ട്. പക്ഷേ,

എന്തോ ഒരു കുളിർമ്മ ഒരുപാട് സമയം പൊരിവെയിലിൽ കിതച്ചു നടന്നെത്തിയതുപോലെ അല്പം ആശ്വാസം തോന്നുന്നു. വേദനകളിൽനിന്ന് ഇത്തിരി ആശ്വാസം. താമരക്കുളത്തിൽ മലർന്നു കിടന്നു നീന്തും പോലെ.

"നീ എന്താണോർക്കുന്നത്?"

അയാൾ ശരീരമിളക്കി കൈകളുയർത്തി അവളുടെ പുറം പതുക്കെ തലോടിക്കൊണ്ടു ചോദിച്ചു. പനങ്കുലപോലെ സമൃദ്ധമായിരുന്ന ആ മുടിക്കാടുകൾക്കിടയിൽ വെള്ളിടിവെട്ടിയപോലെ ചില ചുരുളുകൾ. ഒന്നു പൊട്ടിച്ചിരിച്ചാൽ തുടുക്കുമായിരുന്ന ആ കപോലങ്ങൾ ആകെ വിളർത്തു. വൃത്തികേടായിരിക്കുന്നു. മുഖത്താകെ ഒരു അരക്ഷിതാവസ്ഥ മാത്രം.

"പറയൂ ചന്ദ്രീ... നീ എന്താണോർക്കുന്നത്?"

അവൾ ചിരിക്കുവാൻ കഠിനമായി പരിശ്രമിച്ചു. വലത്തേ കവിളിലെ കാക്കപ്പുള്ളി ഒന്നനങ്ങിയപോലെ തോന്നി. അത്രമാത്രം!

"ഞാനോ. എന്റെ 'ശ്രീ'യെക്കുറിച്ചോർക്കുകയായിരുന്നു. എന്റെ രമണാ... വെടിമരുന്നുപോലെ നമ്മൾ പൊട്ടിത്തെറിച്ച ദിനങ്ങളെക്കുറിച്ചോർക്കുകയായിരുന്നു. നിന്നെ കാണാൻ തോന്നാതിരുന്ന ആ എട്ടുവർഷങ്ങൾ. പറമ്പിലാകെ കൊന്നപൂത്ത് മഞ്ഞച്ചിരി ചിരിക്കുമ്പോൾ മാത്രം വിഷു വന്നുവെന്നറിഞ്ഞ ഞാൻ! പൂവിളി കേൾക്കുമ്പോൾ ഓണമായി എന്നുരുവിടുന്ന ഞാൻ! ഋതുഭേദങ്ങൾ വഴിമാറിപ്പോകെ, ചിതറി തെറിച്ച മഞ്ചാടിമണിപോലെ എന്നിലെ ഓരോ ദിനവും."

"ഞാനും അങ്ങനെയൊക്കെതന്നെ." അയാൾ അവളുടെ മുടിയിൽ തലോടുകയും കവിളിന്മേൽ ഉമ്മവെക്കുകയും ചെയ്തു. റോസാദളത്തിലെ മഞ്ഞുതുള്ളിപോലെ ഏറെ ഹൃദ്യമായിരുന്നു ആ നിമിഷം. "ഞാനൊരു വിഷാദരോഗിയാണെന്ന് അറിഞ്ഞിട്ടാണോ നിങ്ങളിങ്ങനെ എന്നെ ലാളിക്കുന്നത്? ഞാനിനി അധികമൊന്നു ഇരിക്കില്ലെന്ന് ബോദ്ധ്യം വന്നിട്ട്?"

ജലാർദ്രമായ വലിയ കണ്ണുകൾ ഇടത്തോട്ടു തിരിച്ച് ചോദ്യചിഹ്നം പോലുള്ള പുരികങ്ങൾ ചുളിച്ച് അവൾ ചോദിച്ചു.

"വേഴാമ്പലിന്റെ കണ്ണിലെ മഴയാണ്... എന്റെയീ ദിനം... എന്താണ് ചെയ്യേണ്ടതെന്ന് അറിയുന്നില്ല." അയാൾ ആത്മഗതം ചെയ്തു. ഒരിക്കൽ പ്രാക്ടീസിങ് ക്ലിനിക്കിനുള്ളിലെ കുടുസുമുറിയിൽ ഊക്കിൽ പാഞ്ഞുവന്ന പടിഞ്ഞാറൻ കാറ്റിനെ ആവുംവിധം സ്വാഗതം ചെയ്തുകൊണ്ട് അവർ പരസ്പരം പുണർന്നതും അയാളുടെ പുറംവടിവുകളിലൂടെ, കനത്ത ചുമലുകളിലൂടെ അവളുടെ ചുണ്ടുകൾ അമർത്തിയിഴഞ്ഞതും, കണങ്കാലിൽ നിന്നുയർന്ന വസ്ത്രാഞ്ചലത്തിൽ അയാൾ പിടിമുറുക്കിയതും ആ മുറിയിലെ പൊടി അപ്പടി പാറി മുഖത്തേക്കുയർന്നപ്പോൾ പൊടിയേല്ക്കാതിരിക്കാൻ പഴയ അലമാരയുടെ വാതിൽ തുറന്നുവെച്ചതും അവൾ ഓർമ്മകളിൽ പൊതിഞ്ഞുവെച്ചു.

അയാളുടെ ചാരനിറത്തിലുള്ള കാർ, കടലാമ്മ കരയ്ക്കു കയറിയതുപോലെ മുറ്റത്ത് കിടക്കുന്നുണ്ടായിരുന്നു. അഴുക്കും പൊടിയും ഒരു

പാട് പതിഞ്ഞിരുന്നു അതിൽ. ഒന്ന് കഴുകി വൃത്തിയാക്കിയാൽ.. അതിനു തോന്നാഞ്ഞതെന്തേ..?

"നീയെന്റെ അകലത്തെ നീലാകാശവും അതിലെ തെളിയാത്ത അമ്പിളിയും. എല്ലാം തികഞ്ഞ ഒരു പൂർണ്ണവൃത്തം. പക്ഷേ, ഞാണുകൾ വ്യത്യസ്തം. എന്റെ സ്വപ്നങ്ങളെപ്പോലെ. അതാ നിന്നെ ഞാൻ ഇത്രയ്ക്ക് സ്നേഹിച്ചത്!"

അവൾ പൊട്ടിച്ചിരിച്ചു. "നിങ്ങൾ എത്രപേരെ സ്നേഹിച്ചു എന്നതിന് വല്ല കണക്കും കൈയിലുണ്ടോ? സോഡാക്കുപ്പി പൊട്ടിക്കുന്ന ലാഘവത്തോടെ ചീറ്റിത്തെറിപ്പിച്ച അനേകം സ്ത്രീകളുടെ പൊള്ളയായ ജീവിതം. എന്നിട്ട് കിട്ടിയോ ആഗ്രഹിച്ച പറുദീസ. അവരുടെ പ്രേമത്തിനെയും കഠിന പ്രയത്നത്തിനെയും നിർമ്മാല്യംപോലെ വലിച്ചെറിഞ്ഞ് യാഗാശ്വം പോലെ കുതിച്ചിട്ട് എന്തു നേടി? സമനില തെറ്റിയ എത്ര പെൺകുട്ടികൾ ഇപ്പോഴും ഭ്രാന്തിന്റെ ലേബലൊട്ടിച്ച് അഴികൾക്കുള്ളിൽ രാപ്പകലുകൾ തള്ളി നീക്കുന്നുണ്ടാവും."

"ശരിയായിരിക്കാം. പക്ഷേ, സന്തോഷം ഞാൻ മാത്രമല്ലല്ലോ പങ്കുവെച്ചത്. ആരെയും അനുവാദം കൂടാതെ തൊട്ടിട്ടില്ല. ഉപയോഗിക്കുക, വലിച്ചെറിയുക. അതും ഒരു രീതിയാണ്. അവിടെ മൃദുലവികാരങ്ങളോ, വിചാരങ്ങളോ ഇല്ല. ഉണ്ടാവാനും പാടില്ല."

ചിറകൊടിഞ്ഞ ഒരു ശലഭം ടീപ്പോയ്ക്കു താഴെ വീണുപിടച്ചു. അയാൾ അതിനെ കാലുകൊണ്ടു ഒരു മൂലയിലേക്ക് തട്ടിയിട്ടു. അവളുടെ മുഖത്ത് വിഷാദം നിറഞ്ഞ ഒരു പുഞ്ചിരി തങ്ങിനിന്നു.

"ചന്ദ്രീ... നീ പറഞ്ഞ പോലെത്തന്നെയാണ് എല്ലാം. അല്പം ശുദ്ധവായു പോലുമില്ലാതെ, നിറങ്ങളോ, സംഗീതമോ, ശബ്ദങ്ങളോ, ചിരിക്കുന്ന മുഖങ്ങളോ, ചെടികളോ, പൂക്കളോ, വെളിച്ചമോ, കാറ്റോ ഒന്നുമില്ലാത്ത ഒരു മുറിയിൽ ഞാൻ... ഇത് ഒരു വിധി പോലെയെന്നെ പിന്തുടരുകയാണ്. എന്തിനുള്ള ശിക്ഷ എന്നറിയാതെ ഞാൻ ഇത് നിശ്ശബ്ദം സഹിച്ചുകൊണ്ട് വാർദ്ധക്യത്തിലേക്ക് നടന്നടുക്കുന്നു. എന്റെ സഹനത്തിന്റെ പ്രതിഫലം കൊണ്ട് ഞാൻ ആശ്രിതരെ സന്തോഷിപ്പിക്കുന്നു. മറ്റു പലരെയുംപോലെ അവർക്ക് മധുരമുള്ളതും നിറമുള്ളതും എന്റെ കൈകൊണ്ട് കൊടുക്കുമ്പോൾ ഞാൻ വെറുതെ ചിരിക്കുന്നു. പിന്നെ ഒരു നിമിഷാർദ്ധം കണ്ണുകളിൽ ശോകം പടരുന്നു. അത് പുഞ്ചിരിയുടെ ക്ഷണിക പ്രഭാവത്തിൽ ആരും കണ്ടുപിടിക്കാറില്ല. ഇരുപതോളം വർഷങ്ങളായി ഇത്തരം മുറികളിൽ. പശ്ചാത്തലം മാത്രം മാറുന്നു. ആഗ്ര, വഡോദര, വാഴക്കാട്, തൈക്കാട് നെയ്യാറ്റിൻകര, കുന്ദംകുളം, എറണാകുളം എവിടെയെല്ലാം ജോലി നോക്കിയിരുന്നു.

ചെറിയ ദ്വാരങ്ങളുണ്ടാക്കി രോഗി വരുന്നുണ്ടോ എന്നു നോക്കികൊണ്ടിരുന്ന അവസരങ്ങളും അനവധി. ആ ദ്വാരങ്ങളുടെ ഇപ്പുറം ഞാൻ ഒറ്റയ്ക്കായിരുന്നു. മറുപുറത്ത് ലോകം വർണ്ണശബളവും. ആ സന്ത്രാസങ്ങൾക്കിടയിൽ ചില തെറ്റുകളും ചെയ്തു. അതിൽ മുതിർന്ന സ്ത്രീകളും

പെൺകുട്ടികളും എല്ലാം ഉൾപ്പെട്ടിരുന്നു. നൈമിഷികബന്ധങ്ങൾ പക്ഷേ, ഓരോ ശരീരവും ഓരോരോ ശില്പങ്ങളായിരുന്നു. വൈവിദ്ധ്യങ്ങളുടെ കലവറ. രൂപഘടനകൊണ്ട് ശ്രദ്ധേയമായ ശില്പങ്ങൾ അതായിരുന്നു അക്കാലത്തെ ശരികൾ. ലോകം സന്തോഷത്താൽ ഇളകിമറിയുമ്പോൾ എന്നെ മുറിക്കുള്ളിൽ തളച്ചിട്ട വിധിയോട് പ്രതികരിച്ചത് ഈ വിധമൊക്കെയായിരുന്നു. കൗമാരവും യൗവ്വനവും ആസ്വദിക്കാൻ എന്നെ ആരും അനുവദിച്ചിട്ടില്ല. പഠനവും അലിഖിത നിയമങ്ങളുമായിരുന്നു മുന്നിൽ. ഏതിനും ഒരു മറുവശം ഉണ്ടാവും എന്ന പ്രത്യാശയിലായിരുന്നു ഞാൻ എല്ലാം സഹിച്ചത്. അന്ന് മരംചാടി നടന്നവരോട് ഞാൻ മൂകമായി വെല്ലുവിളി നടത്താറുണ്ടായിരുന്നു. രണ്ടാംഘട്ടം എനിക്കു സുന്ദരവും നിങ്ങൾക്ക് കഠിനതരവും ആയിരിക്കുമെന്ന്. ഈ തുരങ്കത്തിന്റെ മറുവശത്ത് എന്നെ കാത്തിരിക്കുന്നത് വസന്ത സൗന്ദര്യമാണെന്ന്. അവിടെയാണ് തെറ്റിയത്. മരംചാടികൾ ഇപ്പോഴും ആഹ്ലാദഭരിതരാണ്. നീണ്ട ടൂറുകളും വിനോദങ്ങളും. അവർ കറങ്ങിനടക്കുമ്പോൾ ഞാൻ വൈദ്യുതിയില്ലാത്ത ഒരു മുറിയിലാണ്. പകലദ്ധ്വാനം കഴിഞ്ഞ് ഉറങ്ങിക്കിടക്കുക എന്നത് ഒരു ജൈവാവശ്യമാണ്. ഇടയ്ക്കു വന്നുപെടുന്ന നൈറ്റ് ഡ്യൂട്ടിയും എന്നെ തകർക്കുന്നു. കണ്ണുകളിൽ ഉറക്കം പിടിച്ചുവരുന്ന ആദ്യ മിനിറ്റിൽ തന്നെ വിളിച്ചുണർത്തപ്പെടുക. അത് അന്നുരാത്രിതന്നെ പത്തിരുപത് പ്രാവശ്യം സംഭവിക്കുക. ഇതാണ് എന്റെ വലിയ പ്രശ്നം. നല്ലോണം പഠിക്കുന്ന ഒരു കുട്ടിക്ക്, അക്കാലത്തു കിട്ടാവുന്ന ഏറ്റവും വലിയ പാരിതോഷികം. ഈ ദുർവ്വിധി. ഇന്ന് പഠനം പോലും ഉത്സവമാക്കപ്പെടുന്നു."

"എന്റെ ചന്ദ്രികപ്പെണ്ണേ... ഈയിടെയായി എന്നെ മറ്റൊരു പ്രശ്നം കൂടി ബാധിച്ചിട്ടുണ്ട്. ഒന്നും എന്നെ സന്തോഷിപ്പിക്കുന്നില്ല. ഒരു നവജാതശിശുവിന്റെ മുഖം പോലും! ഒരു പുഞ്ചിരി പോലും എന്നിൽ ഒരു ചലനവും ഉണർത്തുന്നില്ല. ഇതു ഞാൻ ഭാര്യയോട് പറഞ്ഞിട്ടുണ്ട്. അവൾ അതുകേട്ട് മിഴിച്ചുനിന്നു. പാവം. എനിക്ക് ഏറ്റവും പ്രിയപ്പെട്ടത് നിശ്ശബ്ദത മാത്രം– ഏകാന്തത – ഏറെ ഇഷ്ടപ്പെടുന്നു. ഞാൻ ശാന്തനാകുന്നത് അപ്പോൾ മാത്രം."

"ഏതെങ്കിലും ഒരു മരുഭൂമിയിൽ നിറനിലാചന്ദ്രനെ നോക്കി മലർന്നു കിടക്കാൻ, ഒരു പത്തു മണിക്കൂറെങ്കിലും അങ്ങനെ ചെലവിടാൻ കഴിഞ്ഞിരുന്നുവെങ്കിൽ... മറ്റൊരു പൂതി ഇതാണ്. മലമുകളിലെ ഒരു ബംഗ്ലാവിൽ കാറ്റിൽ പാറുന്ന വെള്ളജാലക വിരികൾ. അതിവിശാലമായ, ആഡംബര വർണ്ണങ്ങളേതുമില്ലാത്ത വെളുപ്പുമാത്രം നിറഞ്ഞ മുറിയുടെ ഒത്ത നടുവിലെ വൃത്താകൃതിയിലുള്ള കിടക്കയിൽ മലർന്നുകിടക്കാൻ. കണ്ണിൽ നോക്കിയും. പിന്നെ വിദൂരതയിലേക്കു നോക്കിയും. വാചകങ്ങളല്ല വാക്കുകൾ മാത്രം സംസാരിച്ചുകൊണ്ട് കൂടെയിരിക്കാൻ ഏറ്റവും മനപ്പൊരുത്തമുള്ള ഒരാളും. ഈ സ്വപ്നങ്ങൾ, ആഗ്രഹങ്ങൾ ഇതൊന്നും ഇനി നടക്കില്ല. അല്ലെങ്കിൽ തന്നെ, ഈ മുപ്പത്തിനാലാം വയസ്സിൽ നീ വിധവയെപ്പോലെ, പുറത്തിറങ്ങാതെ കഴിഞ്ഞുകൂടുമ്പോൾ എനിക്കു മാത്രമെ

ന്തിന് സ്വപ്നങ്ങൾ!"

അവൾ അനുകമ്പയോടെ അയാളെ മിഴിച്ചു നോക്കി. എന്നിട്ട് തുടർന്നു ഈ ലോകം ഇങ്ങനെ കടിച്ചു പറിച്ചുകിടക്കും അല്ലെങ്കിൽ ചത ഞ്ഞരഞ്ഞ്. കാലം ഇഴഞ്ഞു നീങ്ങും. ആത്യന്തികമായ ഒരു ലക്ഷ്യത്തി ലേക്ക്. അത് പൊയ്ക്കൊണ്ടേയിരിക്കും.... വിരസമായി... ഇപ്പോൾ ഞാൻ അനുഭവിക്കാറുള്ള ഒരു ആനന്ദം രണ്ട് അത്ഭുതങ്ങളെപ്പറ്റിയാണ്. ആ ചിന്ത എന്നെ പ്രചോദിപ്പിക്കുന്നു ജീവിച്ചു കൊണ്ടിരിക്കാൻ.

"മരണം എങ്ങനെയുള്ള ഒരനുഭവമായിരിക്കും? സ്രഷ്ടാവിനെ കാണാൻ എങ്ങനെയിരിക്കും? ഇതാണ് ആ രണ്ടു കാര്യങ്ങൾ."

"എന്റെ പൊട്ടിപ്പെണ്ണേ... നിന്നെക്കുറിച്ചാണോ ഞാൻ അഭിമാനിച്ചി രുന്നത്? പ്രതീക്ഷയുടെ കമ്പളങ്ങൾ നെയ്തുകൂട്ടിയത്. പൂത്തു മദിച്ച പ്രണയലേഖനങ്ങൾ എഴുതിക്കൂട്ടിയത്. നിന്നോട് മാത്രമല്ലേ ഞാൻ എല്ലാം തുറന്നു പറഞ്ഞിട്ടുള്ളത്. എന്റെ ജീവിതം പകുതി വഞ്ചനയായി രുന്നു. ഒരാളെ മാത്രം ഞാൻ ഭയന്നു. എന്നെ ഒരു കാന്തംപോലെ ആക്കി ത്തീർത്ത, മൊട്ടുസൂചിപോലുള്ള ഒരു പെണ്ണിന്റെ പ്രണയം എത്ര തീക്ഷ്ണമായിരുന്നുവോ അതിലും ശക്തമായിരുന്നു അവളുടെ സ്പർശ, ചുംബനങ്ങൾ, ആലിംഗനങ്ങൾ. അതേ പെണ്ണ് ഇപ്പോൾ മരണത്തെക്കു റിച്ച് മനഃസാക്ഷിക്കുത്തില്ലാതെ സംസാരിക്കുന്നു. ഇതു കേൾക്കാനാണോ ഞാൻ ഇത്രയും ദൂരം കാറോടിച്ചുവന്നത്. നിന്നെപ്പോലെ കഴിവും ആർജ്ജവവും ബുദ്ധിയും സൗന്ദര്യവും ഒത്തിണങ്ങിയ അഗാധമായ സ്നേഹത്തെ കൈവിടാൻ ഞാനൊരുക്കമല്ല. ആസക്തിയുടെ നേരിയ കറയോടെ ഞാനാവശ്യപ്പെടുന്നു. കാമനകളെല്ലാം പൂർത്തീകരിക്കപ്പെട്ട ഒരു മനുഷ്യന്റെ അഭ്യർത്ഥന. ഞാൻ ദുഃഖിതനാണ്.

"ശാന്തമായി, അങ്ങേയറ്റം നിശ്ശബ്ദമായ ഒരന്തരീക്ഷത്തിൽ എനിക്ക് നിന്നെ വേണം. നിനക്കു മാത്രമേ എന്നെ അറിഞ്ഞു പെരുമാറി ആനന്ദ സാഗരത്തിലാറാടിക്കുവാൻ കഴിയു. എനിക്ക് നഷ്ടപ്പെട്ട ആത്മവിശ്വാസം വീണ്ടെടുക്കണം. ഒന്നു സഹായിക്കിഷ്ടാ.... ആകെ പൊളിഞ്ഞു പാളീ സായ ഒരു സിനിമാടാക്കീസു പോലെയാണീ ഞാൻ. അതിന്റെ ഉള്ളിൽ സ്റ്റണ്ടും വയലൻസും പാട്ടും ഡാൻസും കണ്ണീരും ജീവിതവും എല്ലാം ഉണ്ടായിരുന്നു. ഞാൻ കണ്ടത് ശുഭം എന്നു മാത്രം. എല്ലാം കഴിഞ്ഞിരു ന്നു. എല്ലാം. പിന്നെ ഉള്ളതല്പം സാഹിത്യം. അതുമാത്രമാണ് എന്റെ ലാവാ പ്രവാഹം. അതെങ്കിലും ഇല്ലെങ്കിൽ എന്താവും സ്ഥിതി. അവിടെ ഞാൻ മറ്റൊരാളാണ്. അവിടെ ഞാൻ എനിക്കാവാൻ കഴിയാതിരുന്ന പലതുമാണ്. സാഹചര്യങ്ങൾ എന്റെ സ്വപ്നങ്ങൾക്ക് അനുസൃതവുമാ ണ്. നീ കൂടെ ഉണ്ടായാൽ നന്നായിരുന്നു. ഉണ്ടാവുമോ എന്നും എന്റെ പെണ്ണേ.. നിന്നോടാണു ഞാനിങ്ങനെ വാചാലനായത്. എന്തൊക്കെ പരി ദേവനങ്ങളാണ് ഞാൻ ഹാജരാക്കിയത്. എന്നിട്ടും നീയൊന്നും പറയു ന്നില്ലല്ലോ. നിന്റെ അസുഖമെല്ലാം മാറിയിരിക്കുന്നു. നീ എന്നെ വെറു ക്കാൻ ഓരോരോ കാരണങ്ങൾ സ്വയം സൃഷ്ടിച്ച് രോഗിയായി മാറുകയാ

യിരുന്നു. പങ്കുവെക്കൽ എത്ര മനോഹരം. സ്നേഹം കൊടുക്കാനായി ല്ലെങ്കിൽ നോക്കൂ. എത്ര അസുന്ദരം. വെയിൽ ചായുന്നു. ആകാശം അല്പം കഴിഞ്ഞാൽ സിന്ദൂരവർണ്ണമാകും. നിന്റെ ചുമന്ന പൊട്ടെവിടെ? ഈ തിരുനെറ്റിയിൽ അതെത്രമാത്രം അഴകായിരുന്നു കുട്ടൂ."

ചന്ദ്രികയുടെ കവിൾത്തുടിപ്പിൽ ഒരു പുഞ്ചിരി പതുക്കെ വിടർന്നു വന്നു. "അല്പം സ്വാർത്ഥനാണല്ലേ. അല്പം കാപട്യമുണ്ടല്ലേ. എന്നാ ലെന്താ ഈ ഒഴുക്ക് എന്നെയും കൂടെ കൂട്ടും. അന്ത്യദിനത്തിലെത്തുന്ന കാലപ്രവാഹത്തിൽ ഈ ശരീരവുമുണ്ടാകും. നാളെ പ്രഭാതത്തിൽ ചിരി ച്ചുകൊണ്ട് ഞാനുണ്ടാവും. അത്രതന്നെ. അല്ലാതെന്താ!"

"എന്റെ ചന്ദ്രികേ, അകക്കാമ്പിൽ വന്നു തട്ടുന്ന വിമർശനങ്ങളും ആരോപണങ്ങളും നമ്മെ വല്ലാതെ ഉലച്ചുകളയും. കാരണം അവ സത്യ മാണ്. പ്രതിഷേധിച്ചിട്ടോ നിഷേധിച്ചിട്ടോ കാര്യമൊന്നും ഇല്ല. ഞാൻ മട ങ്ങിപ്പോകുകയാണ്. ഉടനെതന്നെ തിരിച്ചുവരാൻ വേണ്ടി. ഒരു നീണ്ട യാത്ര. നമ്മളൊരുമിച്ചു എന്റെ പ്രിയ നാഗകന്യേ, രോഗപടം പൊഴിച്ച് പാലും നൂറും ഏറ്റുവാങ്ങാനായി കളത്തിലിറങ്ങാൻ തയ്യാറായിക്കൊള്ളൂ. നേടി യതും നഷ്ടപ്പെട്ടതും എല്ലാം നമ്മുക്ക് വിസ്മരിക്കണം."

അവൾ മെല്ലെ എഴുന്നേറ്റ് അയാളുടെ നേരെ ചാഞ്ഞു. പതുക്കെ ആ നീണ്ട മൂക്കിലൊന്നു പിടിച്ചു. പിന്നെ യാത്രാമൊഴിയോടെ കൈവീശി. ചാരവർണ്ണമുള്ള ആ കാർ നീണ്ട വഴികടന്ന് വിശാലമായ റോഡിലേക്ക് തിരിഞ്ഞപ്പോൾ പകുതി വെന്ത ഹൃദയത്തോടെ അവൾ ചാരുകസേര യിൽ തളർന്നിരുന്നു. അയാൾ ഏതു കാമുകിയുടെ വീട്ടിലാവും ഇനി ചെന്നു കയറുക? ഏതു പ്രേയസിയുടെ കഠിനവ്യഥയ്ക്കാവും പരിഹാര മേകുക? ആരോടാവും നീണ്ട യാത്രയ്ക്ക് ഒരുങ്ങിയിരിക്കാൻ ആവശ്യ പ്പെടുക. കഠിനമായ നൈരാശ്യവും ഹൃദയവ്യഥയും അവൾക്കനുഭവപ്പെ ട്ടു. ശരീരത്തിലെ ഓരോ അണുവിനെയും പ്രചോദിപ്പിച്ചിരുന്ന ആ രൂപം ഇരുട്ടിലെ ദീപം പോലെ തിളങ്ങി. അവൾ ഹരിനാമകീർത്തനം ആലപി ക്കാൻ തുടങ്ങി. ഒരു സമാധാനവുമില്ല. അങ്ങനെ താൻ പലപ്പോഴും സംശ യിക്കാറുണ്ട്... അല്ലെങ്കിൽ... എന്തിനു താനങ്ങനെ സംശയിക്കണം? മനു ഷ്യന്റെ നിലവാരസൂചിക ഉയർന്നു താഴ്ന്നുകൊണ്ടിരിക്കും. അതിൽ ഞാൻ നിരാശപ്പെടില്ല. അവൾ കണ്ണുകൾ ഇറുക്കിയടച്ച് ദുസ്സഹമായ വേദ നയുടെ ചൂളയിൽക്കിടന്നു പൊരിഞ്ഞു.

ആഹൂതി

അഗ്നിജ്യോതി രഹഃ ശുക്ലഃ
ഷൺമാസാ ഉത്തരായണം
തത്ര പ്രയാതാ ഗച്ഛന്തി
ബ്രഹ്മ ബ്രഹ്മ വിഭോജനഃ

എരിയുന്ന തീ, വെളിച്ചം, പകൽ, വെളുത്ത പക്ഷം, ആറുമാസമുള്ള ഉത്തരായനകാലം, അതിൽ മോഹം വിട്ടുപോയ ബ്രഹ്മജ്ഞാനികളായ ജനങ്ങൾ ബ്രഹ്മത്തെ പ്രാപിക്കുന്നു.

സാഹിത്യ സെമിനാർ പ്രഭാഷണ ശകലങ്ങൾക്കിടയിൽ നിന്ന് വീടെത്താനുള്ള തത്രപ്പാടിൽ പിടഞ്ഞോടുകയായിരുന്നു അവൾ. മുഴുവൻ സമയവും അവിടെയിരുന്ന് കേൾക്കാനാഗ്രഹമില്ലാഞ്ഞിട്ടല്ല. കൃത്യസമയത്ത് ഹാജരായില്ലെങ്കിൽ സംഭവിക്കാനിടയുള്ള ഭവിഷ്യത്ത് ഉപനിഷത്തിനെക്കാളും വലുതായിരിക്കും. കാലി ഓട്ടോയിൽ കയറിയിട്ടും ഓട്ടോക്കാരൻ ഫുൾട്രിപ് ചാർജ്ജ് ഈടാക്കിയതിന്റെ യുക്തിയൊന്നും ആലോചിക്കാനുള്ള നേരമുണ്ടായിരുന്നില്ല. പക്ഷേ, റെയിൽവേ മേൽപ്പാലത്തിൽ കണ്ട ആൾക്കൂട്ടം അവളെ ശരിക്കും കല്ലെറിഞ്ഞുകൊണ്ടിരുന്നു.

പാളത്തിലെ ചതഞ്ഞരഞ്ഞ കബന്ധത്തെ നോക്കി ചിരിക്കുകയും കമന്റടിക്കുകയും ഫോട്ടോയെടുക്കുകയും ചെയ്യുന്ന മലയാളി സത്വത്തെ മൂടിയിടാനൊരു പർദ്ദ ഏതു സമയത്തായിരിക്കും തയ്ച്ചെടുക്കുക. അവൾ കണ്ണുകൾ ഇറുകെ അടച്ച് ബ്ലോക്ക് തീരുംവരെ ബസിലെ സീറ്റിൽ ചാരിയിരുന്നു. ഒരു കാറ്റുപോലും വീശുന്നില്ല. വീശിയാൽ തന്നെ ശവഗന്ധമായിരിക്കും.

ആ മനുഷ്യൻ എന്തിനായിരിക്കും പാളത്തിൽ തലവെച്ചത്! കടബാദ്ധ്യതയോ പ്രേമനൈരാശ്യമോ, മറ്റു ഗാർഹിക പ്രശ്നങ്ങളോ, എന്തു

തന്നെയായാലും താൻ സാഹിത്യചിന്തകളിലമർന്നിരുന്ന സമയങ്ങളിലായിരിക്കും ആ പ്രാണന്റെ പറവ തന്റെ തൊട്ടടുത്തുനിന്നും പറന്നുയർന്നിട്ടുണ്ടാവുക. തന്റെ ചുറ്റുവട്ടത്ത് ഇങ്ങനെ ഒരു ദുർമ്മരണം നടന്നിട്ട് അതിന്റെ തരംഗദൈർഘ്യം ഒരുതലവേദനയുടെ രൂപത്തിൽ പോലും തന്നെ ഒന്നു വന്നു തൊട്ടതേയില്ലല്ലോ.

ഒരു മുഖ്യധാരാ ഫെമിനിസ്റ്റ് പ്രഭാഷക ഊന്നി ഊന്നി പറഞ്ഞ കാര്യം അവളിൽ നേർത്ത ചിരി വിടർത്തി. മേലിൽ അവനവൻ എന്നുപറഞ്ഞേക്കരുത്. അവളവൾ എന്നുതന്നെ പറയണം. അവനവനിസം മറ്റൊരു ലാലിസമാണ്. അവളവളിസത്തിൽ ഒരു രസമൊക്കെ വേണമെങ്കിൽ കണ്ടെത്താം. ഏതൊരുവൻ പാളത്തിൽ ശിരസ്സില്ലാതെ ആശ്ചര്യകരമായി കിടക്കുമ്പോൾ, ആ ജീവിതം ചോദ്യമുയർത്താതെ കടന്നുപോകുമ്പോൾ ജീവന്റെ നിരർത്ഥകത മറ്റൊരു പ്രാർത്ഥനയായി മാറുന്നു. ഈ പാവം പ്രാണൻ കുടികൊണ്ടിരുന്നത് തിന്മ എന്ന തമസ്സിലായിരുന്നുവോ? വല്ല കൊക്കെയിൻ, ചരസ്, അതോ അധോലോകബന്ധങ്ങളോ? ബഹുജന ജീവിതത്തിൽ അനാദികാലം മുതൽ ഉണ്ടായിട്ടുള്ള ആദ്ധ്യാത്മികമായ ഉൾവിളികൾ ശ്രവിക്കാതെ പോകുന്നതുകൊണ്ടാണോ ഇങ്ങനെയൊക്കെ സംഭവിക്കുന്നത്. എങ്കിലും എന്താവാം കാരണം. അയാൾ വെറുതെ പാളത്തിൽ തലവെക്കില്ലല്ലോ.

ഇരുട്ടിന്റെ ഒരിടമെന്ന് ഈ നാടിനെ വിശേഷിപ്പിച്ചതും ഒടുവിൽ അസ്തമയ പ്രഭയിൽ വിതുമ്പിക്കരഞ്ഞതും വി എസ് നയ്പാൾ ആണ്. നമ്മുടെ പ്രതിപക്ഷ നേതാവിന്റെ ഛായ ഈ പേരിൽ ഒളിഞ്ഞിരിപ്പുണ്ട്. സൂര്യന് ഒരു മറുപുറമുണ്ട്. ഒരു നിഴൽ എന്നതുപോലെ. നയ്പാളിന്റെ മറുപുറം തന്നെയാണോ ഇരുട്ടിന്റെ ഒരിടമായ ഈ നിഴൽ രൂപം അതിന്റെ പേരായിരിക്കുമോ മൃത്യു? ഇതൊക്കെ പാളത്തിൽ തലവെക്കാൻ തീരുമാനിച്ച നിമിഷത്തിൽ അയാൾ ചിന്തിച്ചിരിക്കുമോ?

നമ്മൾ തീരുമാനിക്കുന്നതെന്തും ശരിയാണെന്ന് പറയാനുള്ള ആർജ്ജവമുണ്ടാവുക *കഠോപനിഷത്ത്* വായിക്കുമ്പോഴാണ്. ആത്മാവിനെ അറിവായി അറിയണം. മറ്റൊരു വിധത്തിലാണ് ആത്മാവിനെ അറിയുന്നതെങ്കിൽ മൃത്യുപ്രാപ്തി ഉറപ്പാണത്രേ!

ഒരു ബസുകൂടി മാറിക്കയറേണ്ടതുണ്ട്. ഓടി കയറുന്നതിനിടയിൽ ഇഷ്ടപ്പെട്ടു വാങ്ങിയ കഥാസമാഹാരം കൈയിൽനിന്നും ഊർന്നുപോയിരുന്നു. പാളത്തിൽ ജീവനറ്റ മനുഷ്യന്റെ പ്രാണൻ പോയതുപോലെ പുസ്തകം അപ്രത്യക്ഷമായിരിക്കുന്നു. കർമ്മബന്ധങ്ങളെല്ലാം അറുത്തുമാറ്റി ഈ ലോകത്തോട് വിട പറഞ്ഞകലുമ്പോൾ അയാളുടെ അവസാന ദൃശ്യം ഒരു കീറാകാശം മാത്രമായിരിക്കും. അതോ മൃത്യുവക്ത്രം പിളർത്തിയെടുക്കുന്ന തീവണ്ടി മുഖമോ? തന്റെ നഷ്ടപ്പെട്ട പുസ്തകത്തിന്റെ പുനർജ്ജനി ആരിലൂടെയായിരിക്കും?

ഉടൽ നഷ്ടമായ ശിരസ്സിന്റെ മേൽവിലാസം ഇനി പൊലീസ് തേടിയലഞ്ഞുകൊള്ളും. തന്റെ നഷ്ടപ്പെട്ട പുസ്തകത്തിന്റെ പേരു സൂചിപ്പിച്ച്

കൺവീനർക്ക് ഒരു കത്തെഴുതിയാലോ. ചിലപ്പോൾ ആരെങ്കിലും ഓഫീസിലേല്പിച്ചുവെങ്കിൽ കിട്ടാൻ വഴിയുണ്ട്.

വീട്ടിലെത്തിയിട്ടും അവളുടെ ഉള്ളിലെ അലകടലല ഒതുങ്ങുന്നില്ല. ധൃതിയിലെന്തൊക്കെയോ വീട്ടുപണികൾ ചെയ്തു. രുചി വറ്റിയ ഇത്തരം കറികൾ മേലിൽ ഉണ്ടാക്കരുതെന്ന പതിവു കുറ്റപ്പെടുത്തലുകൾക്കൊടുവിൽ പോയി വിശാലമായിട്ടൊന്നു കുളിച്ചു. നനഞ്ഞ മുടി ഉണങ്ങിയ തോർത്തിൽ പൊതിഞ്ഞുവെച്ച് ഉറങ്ങാൻ കിടന്നു. പാളത്തിൽ തലവെച്ചവന്റെ രൂപം ഇതാ കൺമുമ്പിൽ തെളിയുകയായി.

മനുഷ്യസമൂഹത്തിൽ കർമ്മനിയോഗങ്ങളെ പലരാക്കി വെക്കുകയും അതിന് പല ശ്രേണികളുണ്ടാക്കുകയും ചെയ്യുമ്പോൾ നാം അതിലെ ഓരോ വ്യവസ്ഥയെയും വേറൊന്നിനോട് താരതമ്യപ്പെടുത്തി അസത്യ ജടിലമായ സാമൂഹിക വീക്ഷണങ്ങളുണ്ടാക്കി പോരായ്മകളിൽ മാത്ര മൂന്നി ജീവിക്കുന്നു. ഇപ്പോൾ തന്റെ കാര്യംതന്നെ നോക്കൂ. അനുജത്തി പ്രസിദ്ധമായ ഗൈനക്കോളജിസ്റ്റ്. നിങ്ങളുടെ എല്ലാ ബന്ധുമിത്രാദികളും അവരെ മാത്രമല്ലേ വിവാഹത്തിനും ചോറൂണിനും ഗൃഹപ്രവേശത്തിനുമൊക്കെ വിളിക്കുന്നത്. നിങ്ങളെ ആരും ക്ഷണിക്കുന്നില്ലല്ലോ. അകന്ന ബന്ധുക്കളും സുഹൃത്തുക്കളും വരെ ഡോക്ടറെ അതിഥിയായി കിട്ടാൻ മത്സരിക്കുമ്പോൾ നിങ്ങൾ അവരുടെ ചേച്ചിയാണെന്നു വരെ ആളുകൾ വിസ്മരിക്കുന്നത് എന്തുകൊണ്ടാണ്. എന്നിട്ടും നാം പറയാറില്ലേ, ഭരണവും ഭരണീയരും ഭരണകർത്താവും ഒന്നും വേറെ വേറെയല്ല എന്നൊക്കെ.

ഇന്ദ്രിയങ്ങളും മനസ്സും മാത്രം പോരാ ജീവിക്കുവാൻ. അതുകൊണ്ട് ഉറക്കത്തിന്റെ ഒരു ഭാഗം കുറേക്കൂടി ഗാഢമാക്കിക്കൊണ്ട് അവൾ തിരിഞ്ഞുകിടന്നു. ശ്വാസകോശത്തിൽനിന്നു പുറത്തേക്കുവരുന്ന പ്രാണനും ഉള്ളിലേക്കു പോകുന്ന ശ്വാസവും, രണ്ടുപേരും കൂടി നാവിനെക്കൊണ്ട് നിർബ്ബന്ധപൂർവ്വം 'മരണം' എന്നുച്ചരിപ്പിക്കുന്നു. സത്യത്തിന്റെ സത്യമായ വിവരണം- നേതി, നേതി! രാത്രി ശൂന്യമായിക്കൊണ്ടിരിക്കുന്നു. കല്പം തീർന്നു പ്രളയമാകുന്നു. ശുഭരാത്രി.